MAGNÚS SKJÖLD

Svo langt frá heimsins vígaslóð

Lýðveldið Ísland í samhengi

HÁSKÓLINN Á BIFRÖST
BIFRÖST UNIVERSITY

Fyrst gefin út af Háskólanum á Bifröst, 2024

Höfundarréttur © 2024, Magnús Árni Skjöld Magnússon

Ritrýnd bók.

Bók þessa má ekki afrita með neinum hætti, svo sem ljósmyndun, prentun, hljóðritun eða á annan sambærilegan hátt, að hluta eða í heild, án skriflegs leyfis höfundar. Þó má birta tilvitnanir í ritdómum um bókina.

Fyrsta útgáfa

ISBN: 9798321887424

Ritstjóri: Dr. Ólína Kjerúlf Þorvarðardóttir

Hönnun kápu: Irene Giua

Efnisyfirlit

Inngangur 1
Ísland og stóra myndin 5
Íslenska ríkið - frá fullveldi til velferðar 29
Stjórnmálaþátttaka og stjórnmálaflokkar 45
Efnahagsþróun á Íslandi 56
Hnattvæðing og alþjóðlegar áskoranir 78
Stríð og öryggi Íslands 97
Mannréttindi, rasismi og fólk á flótta 121
Hamfarahlýnunin 142
Lokaorð 154
Heimildaskrá 171
Um höfundinn 189

Þakkir

Þessi bók hefur verið nokkuð lengi í smíðum, en ég vil sérstaklega þakka ritstjóra mínum, Dr. Ólínu Kjerúlf Þorvarðardóttur, deildarforseta Félagsvísindadeildar Háskólans á Bifröst, fyrir ómetanlega aðstoð við undirbúning útgáfu, margfaldan yfirlestur og öfluga ritstjórn. Einnig vil ég þakka rektor Háskólans á Bifröst, Dr. Margréti Jónsdóttur Njarðvík fyrir stuðning við verkefnið. Ég vil þakka ritrýnum mínum fyrir frábæran yfirlestur og afar gagnlegar tillögur til að bæta bókina. Ég vil líka þakka vini mínum, Jónasi Sigurgeirssyni hjá Bókafélaginu, fyrir aðstoð við dreifingu. Að lokum vil ég þakka nemendum mínum við Háskólann á Bifröst og Háskóla Íslands, fyrir að vera innblásturinn að þessu verkefni.

Inngangur

Í bókinni Borgríkið; Reykjavík sem framtíð þjóðar (2020) tókst höfundur þessarar bókar á við mikilvægi Reykjavíkur í því samfélagi sem við höfum byggt á þessari eyju í Norður Atlantshafi sem við köllum Ísland. Í þeirri bók sem hér kemur fyrir almenningssjónir er sjónarhornið víkkað út og Ísland sjálft og samhengi þess tekið fyrir. Einnig verður fjallað um þær hnattrænu áskoranir sem við stöndum frammi fyrir, hvað við erum að gera, og hvað við gætum gert betur, þegar kemur að þeim.

Bókin byggir að miklu leyti á efni sem ég hef kennt undanfarinn áratug í hinum ýmsu námskeiðum við Háskólann á Bifröst og Háskóla Íslands og mun nýtast sem kennsluefni í þeim. Hún er því hugsuð sem lesefni fyrir þau sem ekki hafa endilega mikla þekkingu (eða jafnvel áhuga) á stjórnmálum, stjórnkerfum og efnahagsmálum og í henni leitast ég því við að kynna til sögunnar hugtök sem gagnast þeim sem vilja (eða þurfa að) kynna sér slíka hluti.

Bókin er einnig fræðilegt verk þar sem ég nýti rannsóknir, bæði mínar og annarra, til að kynna þá krafta sem hafa áhrif á landið okkar innan lands og alþjóðlega. En ég leyfi mér líka að hafa skoðanir og tjá mig opinskátt í lokaorðum og byggi ég þar að hluta til á skrifum mínum opinberlega undanfarin misseri, en auk þess að sinna verkefnum háskólakennarans, hef ég verið virkur í stjórnmálum þessa litla ríkis og er þegar þetta er skrifað varaþingmaður.

Ísland hefur tekið stakkaskiptum undanfarna áratugi. Samsetning íbúa hefur breyst mikið og fólki hefur fjölgað sem aldrei fyrr. Það er ekkert skrítið. Að mörgu leyti er Ísland mjög góður staður til að búa á. Hér er vissulega ekki mjög gott veður í samanburði við nágrannalöndin í suðri og austri. En að sama skapi er það ekkert sérstaklega vont heldur í samanburði við marga staði þar sem búseta mannsins hefur skotið rótum. Hér er tiltölulega milt loftslag og hér verður hvorki mjög kalt né mjög heitt. Að auki er samfélagið friðsamlegt og tiltölulega stöðugt og efnahagsleg velsæld er mikil, þó henni sé vissulega nokkuð misskipt.

Titill bókarinnar vísar í ljóð Huldu, „Hver á sér fegra föðurland", sem samið var í tilefni lýðveldisstofnunarinnar árið 1944, á lokametrum síðari heimsstyrjaldarinnar.[1] Hugsunin í ljóðinu var sú að við værum „svo langt frá heimsins vígaslóð" að stríðin sem

---

[1] "Hver á sér fegra föðurland" er hluti af ljóðabálki sem nefnist Söngvar helgaðir þjóðhátíðardegi Íslands 17. júní 1944. (Hulda. 1961. *Segðu mér að sunnan,* bls. 154).

dunuðu um þær mundir (síðari heimsstyrjöldin) myndu ekki hafa teljandi áhrif á okkur. Auðvitað er það ekki svo. Hinn hnattvæddi og samtengdi heimur er lífsblóð hinnar íslensku þjóðar og tilvist okkar hér á þessu landi á mörkum hins byggilega heims byggir á öflugum og auðveldum samskiptum við umheiminn. Fjallað verður betur um þá staðreynd síðar í þessari bók. Frá landnámi og allt þar til samskipti við umheiminn fóru að komast í fastar skorður bar landið ekki mikið fleiri en 50 þúsund sálir. Við nálgumst nú óðfluga tífaldan þann fjölda. Að sama skapi hafa áskoranir þær sem hið alþjóðlega samfélag stendur frammi fyrir áhrif á okkur. Verðhrun undirmálslána í suðurríkjum Bandaríkjanna haustið 2008 hafði slík keðjuverkandi áhrif á heimsmarkaði að allir stóru íslensku viðskiptabankarnir hrundu á innan við viku. Covid-19 faraldurinn lamaði stærstu útflutningsgrein þjóðarinnar árið 2020 og efnahagssamdrátturinn af þeim völdum var á hálft sjöunda prósent, eins og í kjölfar bankahrunsins. Stríðið í Úkraínu margfaldaði fjölda hælisleitenda á landinu á einu misseri og snarhækkaði verðbólgu og þar af leiðandi húsnæðislán landsmanna. Við förum einnig betur í það síðar hér í þessari bók hvernig Ísland fléttast inn í samstarf nágrannaríkjanna á efnahags- og öryggissviðinu.

Það er af miklu að taka þegar ætlunin er að takast á við áskoranir samtímans og í þessari stuttu bók verður því vitaskuld stiklað á stóru. En við skulum byrja á því að snúa okkur að stóru myndinni þegar kemur að Íslandi í samhengi.

Magnús Árni Skjöld Magnússon
Reykjavík, 12. ágúst 2024

Ísland og stóra myndin

Bók þessi snýst um Ísland í alþjóðlegu samhengi. Það er ómögulegt að gera sér grein fyrir þessu samhengi án þess að byrja hreinlega á byrjuninni.

Ísland er numið af fólki frá Skandinavíu og Bretlandseyjum á 9. og 10. öld. Þessi stóra eyja í Norður Atlantshafi var að öllum líkindum óbyggð af mannfólki fram að þeim tíma, enda þurfti nokkuð góð skip og siglingatækni á úthöfum til að komast hingað.[2] Háþróuð skip og siglingatækni norrænna manna veittu þeim tækifæri til að sigla ekki aðeins yfir opið haf úr sjónmáli lands heldur einnig langt upp ár og inn í land. Víkingaskipið var kannski eitt mesta tæknilega afrek hinna evrópskra miðalda. Þessi hraðskreiðu skip voru nægilega sterkbyggð til að þola siglingu yfir hafið auk þess sem þau voru með djúpristu allt að 50 cm (20 tommur), sem gaf kost á siglingum á mjög grunnu vatni. Þessi einstöku skip nýttu

---

[2] Þó eru uppi kenningar um að Ísland hafi fyrir landnám verið verstöð eða veiðistöð einhvern hluta árs, sem ráða má af ummælum Ketils Flatnefs sem uppi var á 9. öld er hann sagði "í þá veiðistöð kem ég aldrei á gamals aldri", eins og fram kemur í Laxdælu. (Um byggð og auðlindanýtingu á Íslandi fyrir landnám hefur Bergsveinn Birgisson fjallað í bók sinni Leitin að Svarta víkingnum (2017).)

forfeður (og -mæður) Íslendinga til að nema lönd allt vestur til Ameríku og austur til Rússlands, fyrir utan landvinninga þeirra á Bretlandseyjum, í Normandí og víðar.[3]

Ekki er talið að um eiginlegt miðstjórnarvald hafi verið að ræða á Íslandi fyrr en á 13. öld, nánar tiltekið þegar landið gengur í formlegt konungssamband við Noreg, en landið verður hluti af því konungdæmi, sem jafnframt náði til Suðureyja, Grænlands og Færeyja, árin 1262-4. Ísland fylgir svo Noregi við erfðir inn í konungssamband við Danmörku árið 1380 og hélst það samband allt til ársins 1944 þegar sambandinu var formlega slitið og lýðveldi stofnað.

Uppruni þess fólks sem landið byggði setur landið strax í samhengi við hinn norður evrópska (síðar kristna) heim, en í því alþjóðlega samhengi hafa íbúar þessarar eyjar verið alla tíð síðan. Hin norræna arfleifð hefur verið gæfa Íslendinga þegar kemur að stofnunum og samfélagsgerð og nábýlið við ríkustu þjóðir heims síðustu aldir hefur veitt því einstakt tækifæri til að auðgast á verslun og viðskiptum. Ísland hefur gengið í gegnum ýmsar bylgjur í samskiptum sínum við útlönd,

---

[3] Sjá t.d. Jones, Gwyn. (2001). *A history of the Vikings* og Sawyer, Peter & Birgit Sawyer. (1993). *Medieval Scandinavia, From Conversion to Reformation, circa 800-1500*, bls. 39-48.

t.d. voru á tíma mikil samskipti við Englendinga,[4] á öðrum tíma við Þjóðverja,[5] Frakka og aðrar Evrópuþjóðir, en flestar markast þessar bylgjur af konungssambandinu við Danmörku.

Þegar sambandinu við Danmörku er slitið má segja að nýtt tímabil hefjist, sem einkennist framan af fyrst og fremst af sambandinu við nýtt stórveldi: Bandaríkin. Í síðari heimsstyrjöldinni, nánar tiltekið 1940, var landið hernumið af Bretum. Bandaríkjamenn tóku við hernáminu á Íslandi ári síðar, eða 1941. Það var afdrifaríkt að þetta vaxandi stórveldi skyldi beina sjónum sínum að landinu og markaði það utanríkisstefnu þess og utanríkissamskipti til framtíðar.

Að stríðinu loknu hófst hið svokallaða kalda stríð milli Bandaríkjanna og Sovétríkjanna og gerði sambandið við Bandaríkin það að verkum að Ísland var einarðlega hluti vestrænu blokkarinnar í kalda stríðinu. Landið gekk í stofnanir hennar eins og Atlantshafsbandalagið (NATO) árið 1949, Bretton Woods stofnanirnar svokölluðu (Alþjóðabankann og

---

[4] „Enska öldin" svokallaða - sem hófst eftir Svarta dauða 1402-4 og stóð mest alla fimmtándu öldina.

[5] „Þýska öldin", sextánda öldin fram að einokunarverslun 1602.

Alþjóðagjaldeyrissjóðinn) GATT og OEEC (sem síðar varð OECD), auk þess sem landið hóf að hreyfast í Evrópusamrunátt strax á sjöunda áratugnum, þegar stofnanir þess sem nú heitir Evrópusambandið tóku að myndast og styrkjast.

Ísland tók þó ekki skrefið inn í Efnahagsbandalag Evrópu (forvera Evrópusambandsins), heldur inn í einskonar mótvægi sem Bretar höfðu haft frumkvæði að því að stofna árið 1960, EFTA, eða Fríverslunarbandalag Evrópu (European Free Trade Association), en Ísland varð aðili að því bandalagi árið 1970.

Ísland var ekki stofnaðili að Sameinuðu þjóðunum árið 1945, vegna þess að það samræmdist ekki hlutleysisstefnu íslenskra stjórnvalda að segja Þýskalandi stríð á hendur, en það var forsenda fyrir því að fá að gerast stofnaðili að bandalaginu. Ísland fékk hinsvegar aðild ári síðar, 9. nóvember 1946.[6]

Ísland skrifaði undir tvíhliða varnarsamning við Bandaríkin árið 1951[7] og markaði hann upphaf að endurkomu bandarísks herliðs til

---

[6] Stjórnarráðið. (2021). *Ísland og Sameinuðu þjóðirnar.*

[7] Alþingi. (1951). *Varnarsamningur Milli Lýðveldisins Íslands Og Bandaríkjanna á Grundvelli NorðurAtlantshafssamningsins.*

landsins árið 1952. Bandaríska herliðið hafðist að mestu við á Keflavíkurflugvelli fram til ársins 2006, þegar það yfirgaf landið tiltölulega skyndilega í kjölfar breyttra áherslna í hernaðarumsvifum Bandaríkjanna, þar sem áherslan fór frá fælingunni gagnvart Rússlandi/Sovétríkjunum og yfir til Mið-Austurlanda í „stríðinu gegn hryðjuverkum" eftir árás Al Qaeda á Bandaríkin 11. september 2001.

Þrátt fyrir tengslin við Bandaríkin allan kaldastríðstímann, er ljóst að heimanmundur Íslands er norrænn og danskur, enda landið hluti af danska konungsríkinu í 564 ár. Höfuðborgin var allan þann tíma Kaupmannahöfn og þangað fóru íslenskir embættismenn til að mennta sig og þar mótaðist íslensk borgarastétt. Þar fæddist íslensk þjóðernishyggja undir áhrifum frá mennta- og yfirstétt Evrópu og sleit barnsskónum. Þar var íslensk menning, t.a.m. handrit Íslendingasagnanna, varðveitt. Íslensk löggjöf er að stórum hluta dönsk að uppruna, svo og stjórnarskrá landsins, sem enn byggir að hluta á þeirri stjórnarskrá sem konungur afhenti landsmönnum, nánast í óþökk þeirra, árið 1874.

Það má segja að það séu fáeinar breytur sem einkenna Ísland í alþjóðlegum samanburði. Landið er *smáríki*, það er *vestrænt, evrópskt, norrænt* og *ríkt*. Við þetta má hugsanlega bæta tveimur til þremur til viðbótar, en meira um það síðar. Við skulum taka þessar breytur fyrir, hverja fyrir sig, en þær eru flestar innbyrðis tengdar.

Smáríki

Í fyrsta lagi er Ísland smáríki. Ríki eru skilgreind sem stór eða smá út frá nokkrum breytum, þeirra lang veigamest er án efa fólksfjöldi. Það er þó mjög á reiki hvar á að draga línuna þegar kemur að því að kalla ríki smáríki og stundum er t.d. Holland, með um 17 milljónir íbúa, haft með í þeim flokki. Öll Norðurlöndin eru gjarnan skilgreind sem smáríki, enda það stærsta þeirra, Svíþjóð, með rétt um 10 milljónir íbúa á meðan Finnland, Danmörk og Noregur ná ekki 6 milljónum.

Stundum er heitið „örríki" eða microstate notað um ríki með undir milljón íbúa - eins og Ísland - en algengara er að það hugtak sé notað um ríki sem ná ekki að halda úti sjálfstæðri stjórnsýslu og reiða sig á stærri nágrannaríki um veigamikla þætti, en dæmi um slíkt væru Mónakó, Liechtenstein, San Marínó, Andorra og Færeyjar sem reiða sig á Frakkland, Sviss, Ítalíu, Spán og Danmörku, í þeirri röð. Hvernig sem annars er talið er hinsvegar ljóst að Ísland kemst ekki upp úr flokki smáríkja í alþjóðlegum samanburði með sína 400 þúsund íbúa og þessi breyta hefur mótandi áhrif á tilvistargrunn ríkisins, bjargir þess og getu til að vernda sína hagsmuni á alþjóðlegum vettvangi.

Vestrænt

Tengslin við Bandaríkin á kaldastríðstímanum og aðildin að helstu alþjóðastofnunum Vesturveldanna, auk hnattrænnar stöðu og uppruna þjóðarinnar, hafa skipað Íslandi skýrt í hóp vestrænna ríkja. Ísland hefur verið í Atlantshafsbandalaginu (NATO) sem er án efa mikilvægasti samstarfsvettvangur Vesturlanda, allt frá stofnun þess árið 1949. Þegar kemur að alþjóðastjórnmálum, t.a.m. afstöðu í átökum, þátttöku í refsiaðgerðum og öðru slíku á alþjóðavettvangi, fylgir Ísland Vesturlöndunum undantekningalítið að málum. Dæmi um það er hin harða afstaða Íslands gegn árásarstríði Rússa í Úkraínu, þar sem Ísland hefur þegar þetta er ritað gengið lengra en flest önnur ríki í að slíta á tengslin við Rússland, með því að loka íslenska sendiráðinu í Rússlandi og krefjast þess að rússneski sendiherrann fari af landi brott.[8]

Það hefur þó gerst að Ísland hafi tekið sér stöðu sem ekki samræmist stefnu Vesturlanda, a.m.k. til að byrja með og má nefna

---

[8] "Rússneski sendiherrann verði farinn fyrir mánaðamót". (2023). *visir.is.*

viðurkenningu landsins á sjálfstæði Eystrasaltsríkjanna þann 11. febrúar árið 1991,[9] sem önnur Vesturlönd tóku þó upp mjög hratt dagana þar á eftir og viðurkenning Íslands á sjálfstæði Palestínu árið 2011,[10] en Svíþjóð gerði það þremur árum seinna árið 2014 og nú hafa Spánn, Noregur og Írland tekið það skref. Er það vegna ástandsins sem hefur skapast á Gaza eftir árásir Hamas á Ísrael 7. október 2023 og ofsafengin viðbrögð Ísraelsmanna við þeim, sem hafa kostað tugi þúsunda lífið. Líklegt er að fleiri vestræn ríki geri það á næstunni. Einnig mætti nefna afstöðu Íslands til hvalveiða, sem flestöll ríki heims, þar á meðal flest Vesturlönd, hafa fordæmt.

Útfærsla landhelginnar og átökin við Breta í framhaldinu af því eru annað dæmi þar sem Ísland hefur farið sína eigin leið. Það þurfti hinsvegar forystuþjóð Vesturlanda, Bandaríkin, til að koma Íslendingum til bjargar í þeirri vegferð með því að knýja Breta til að láta af andstöðu sinni og fjandsamlegum aðgerðum, sem jöðruðu við hernaðaraðgerðir, gagnvart Íslendingum.

---

[9] Stjórnarráðið. (2011). *Litháen og viðurkenning Íslands.*

[10] Alþingi. (2011b). *Viðurkenning á sjálfstæði og fullveldi Palestínu.*

Átakanlegt dæmi um það þegar Ísland hefur verið skilið eftir bjargarvana á alþjóðavettvangi er fjármálahrunið 2008. Þá leituðu íslensk stjórnvöld til allra bandalagsríkja sinna um aðstoð til að bjarga íslensku bönkunum, en fengu ekki, ekki einu sinni hjá Bandaríkjunum og lýsir það betur en margt breyttri stöðu Íslands eftir að bandaríski herinn kvaddi landið. Eins þvældust Hollendingar og Bretar, nánir bandamenn Íslendinga á sviði varnarmála, fyrir því að landið fengi fyrirgreiðslu hjá Alþjóðagjaldeyrissjóðnum, vegna gjaldþrots hinna svokölluðu Icesave reikninga Landsbankans, sem margir Hollendingar og Bretar áttu inneignir hjá. Þessar þjóðir vildu að Ísland tæki að sér að vera lánhafi til þrautarvara í því tilfelli, en slíkt hefði kollvarpað fjárhag íslenska ríkisins. Icesave málið var Íslendingum mjög þungt í skauti, erfitt bæði innan lands og utan og leiddi, beint og óbeint, til afhroðs vinstri stjórnarinnar sem tók við vorið 2009 og átti drjúgan þátt í að spilla fyrir aðildarumsókn landsins að Evrópusambandinu. Það þurfti eina af hinum evrópsku samstarfsstofnunum, EFTA dómstólinn, til að ljúka því máli þannig að Íslendingar stæðu uppi lausir allra mála á vormánuðum 2013. Þegar upp var staðið stóðu þó eignir Landsbankans undir þessari skuld og meira til. [11]

Evrópskt

Ísland er evrópskt land, bæði landfræðilega og menningarlega. Þó að lega landsins sé á jaðri álfunnar hefur það um árhundruð verið hluti af norður-evrópsku veldi, Danaveldi. Uppruni íbúanna er evrópskur, og þar með menning þeirra og tunga. Á alþjóðavettvangi er Ísland evrópskt ekki síst vegna djúprar þátttöku í hinum evrópsku stofnunum sem komið var á fót á árunum eftir seinna stríð.

Áður hefur aðildin að EFTA verið nefnd. Það var ekki síst fyrir tilstilli hennar sem Ísland varð, ásamt flestum EFTA ríkjum þess tíma, aðili að samningnum um Evrópska efnahagssvæðið (EES) árið 1994, en það er lang umfangsmesti alþjóðasamningur sem Ísland hefur gert og jafnframt dýpsti samningur sem Evrópusambandið hefur gert við aðila utan þess. Samningurinn færir Íslendingum flest þau réttindi innan aðildarríkja sambandsins sem borgarar Evrópusambandslanda njóta, en markmið hans er „að stuðla að stöðugri og jafnri eflingu viðskipta- og efnahagstengsla samningsaðila

---

[11] Indriði H. Þorláksson. (2016). „Uppgjörið vegna Icesave".

við sömu samkeppnisskilyrði og eftir sömu reglum með það fyrir augum að mynda einsleitt Evrópskt efnahagssvæði". Liður í því er innleiðing fjórfrelsisins svokallaða, sem snýst um frelsi til fólksflutninga, fjármagnsflutninga, vöruflutninga og þjónustuviðskipta á svæðinu öllu.[12] Að auki er Ísland aðili að svokölluðu Schengen samstarfi, sem tók fyrst gildi 1996 en að fullu árið 2001, en í því felst, auk samstarfs í lögreglu- og öryggismálum, útvíkkun ytri landamæra Evrópusambandsins til þátttökuríkjanna, þar á meðal Íslands. Það má því segja að Ísland sé formlega innan landamæra Evrópusambandsins. Nokkur Evrópusambandsríki standa utan við þetta samstarf, t.a.m. Írland, sökum tengsla sinna við Bretland, sem átti heldur aldrei aðild að Schengen samstarfinu þegar það var aðili að Evrópusambandinu.

Ísland sótti reyndar um fulla aðild að Evrópusambandinu í júlí 2009 og við tóku samningaviðræður sem skiluðu nokkrum árangri, en fjórum árum síðar var aðildarumsóknin sett á ís af sömu ríkisstjórn og hafði sent hana inn í aðdraganda kosninga. Það flækti ferlið verulega að aðildarumsóknin var liður í samkomulagi um myndun

---

[12] *Stjórnarráðið. (e.d.1). Samningurinn Um Evrópska Efnahagssvæðið.*

ríkisstjórnarinnar vorið 2009, en hún tók við á mjög erfiðum tíma í kjölfar fjármálahrunsins 2008. Annar stjórnarflokkurinn, Samfylkingin, studdi aðildarferlið eindregið, á meðan hinn stjórnarflokkurinn, Vinstri hreyfingin, grænt framboð (VG), var í reynd á móti því. Eftir kosningarnar vorið 2013 þegar ljóst var að ríkisstjórnarflokkarnir höfðu goldið afhroð í kosningunum og ný ríkisstjórn Framsóknarflokks og Sjálfstæðisflokks tók við, blasti við að aðildarviðræðurnar yrðu ekki teknar upp að nýju. Utanríkisráðherra þeirrar ríkisstjórnar sendi Evrópusambandinu bréf í mars 2015 og tilkynnti að aðildarferlinu yrði hætt. Miklar deilur urðu um það í samfélaginu hvort ráðherra væri heimilt að gera slíkt án aðkomu Alþingis og mótmæli urðu á Austurvelli. En staðan er sú að þessum viðræðum var hætt og hafa ekki verið teknar upp að nýju. Óhætt er að fullyrða, að spurningin um aðild Íslands að Evrópusambandinu og hinum evrópsku stofnunum er einn af stóru klofningsásunum í íslenskum stjórnmálum.

Eftir stendur engu að síður að Ísland er með samningnum um Evrópska efnahagssvæðið og verunni á Schengen svæðinu djúpt samþætt í hið evrópska samstarf, eins og t.d. kom í ljós í Covid faraldrinum, þegar Ísland var hluti af ráðstöfunum Evrópusambandsins um kaup á bóluefni.

Norrænt

Ísland er norrænt eins og fram hefur komið. Eitt fimm „fullvalda" Norðurlanda, en hin eru eins og kunnugt er Danmörk, Finnland, Noregur og Svíþjóð. Ísland er lang-fámennast þessara fimm ríkja, en árið 2019 bjuggu 5,8 milljónir í Danmörku, 5,5 milljónir í Finnlandi, 5,3 milljónir í Noregi og 10,2 í Svíþjóð. Sama ár bjuggu rúm 350 þúsund manns á Íslandi, eða tæp 7% af næst-fámennasta landinu, Noregi.[13] Þrjú sjálfsstjórnarsvæði tilheyra Norðurlöndunum, Álandseyjar, Færeyjar og Grænland. Á Álandseyjum búa tæp 30 þúsund, rúm 50 þúsund í Færeyjum og um 55 þúsund í Grænlandi.[14] Ísland er aðili að hinu svokallaða Norðurlandaráði, sem var stofnað árið 1952, en á þess vegum er að finna fjölþætt pólitískt og menningarlegt samstarf þjóðþinga og ríkisstjórna norrænu ríkjanna.[15]

Þessi fimm ríki eiga margt sameiginlegt, ekki síst hina norrænu arfleifð, sem segja má að hafi skapað einhver þægilegustu og best

---

[13] Norðurlandaráð. (2020). *State of the Nordic Region 2020*.

[14] Norðurlandaráð. (2020). *State of the Nordic Region 2020*.

[15] Norðurlandaráð. (e.d.). *Nordic Cooperation*.

heppnuðu samfélög jarðarinnar. Þegar lífsgæði, hamingja, jafnrétti, lýðræði, jöfnuður og frelsi eru borin saman á milli landa heims, eru þessi ríki gjarnan á toppnum, ásamt örfáum enskumælandi ríkjum (Kanada, Ástralíu, Nýja Sjálandi) og Norður-evrópskum ríkjum á borð við Holland og Lúxembúrg auk Alparíkjanna Sviss, Liechtenstein og Austurríki.

Í þremur Norðurlandanna er talað nánast sama tungumálið, sem hægt væri að kalla „norrænu", en sænska, danska og norska myndu teljast sama tungumálið ef þau væru innan sömu landamæra og fólk sem talar þau skilur að jafnaði hvert annað þegar talað er á þessum tungum. Íslenska og færeyska eru fjarskyldari ættingjar og skiljast ekki á hinum Norðurlöndunum þegar þau eru töluð. Það er til brandari um könnun sem á að hafa verið framkvæmd í Danmörku. Þarlendir voru að sögn spurðir hvaða norræna tungumál þeim þætti auðveldast að skilja. Öllum á óvart var það íslenska! Þegar nánar var að gáð kom í ljós að þeir töldu Íslendinga vera að tala íslensku, þegar þeir voru í reynd að reyna að gera sig skiljanlega á dönsku. Sjálfsagt er þetta ekki satt, enda sennilega of lágt hlutfall Dana sem hefur heyrt Íslending tala dönsku til að það yrði marktækt í könnunum, en sagan er góð engu að síður.

Finnska er ekki skyld neinu hinna norðurlandamálanna og reyndar engum evrópskum tungumálum nema eistnesku og ungversku. Grænlenska er að sama skapi ekki hluti af hinni indó-evrópsku tungumálafjölskyldu, heldur skylt tungumálum frumbyggja í norðurhéruðum Kanada, en færa má sterk rök fyrir því að Grænlendingar eigi meira sameiginlegt með þeim þjóðum menningarlega en hinum Norðurlöndunum, þó stjórnsýslan og samfélagið sé reist að danskri fyrirmynd og forskrift.

Ríkt

Íslendingar eru ótvírætt ríkir í samanburði þjóða. Hvað þýðir það og hvaða áhrif hefur það á stöðu ríkisins á alþjóðavettvangi? Ríkidæmi þjóða er gjarnan mælt með *vergri landsframleiðslu* eða *vergri þjóðarframleiðslu*. Munurinn er sá að annarsvegar er verið að tala um alla framleiðslu innan ákveðinna landamæra (landsframleiðslan) og hinsvegar alla þá framleiðslu sem ríkisborgarar ákveðins ríkis standa fyrir, hvar svo sem hún fer fram (þjóðarframleiðslan). Í sumum tilvikum getur verið töluverður munur á þessum tveimur mælieiningum, t.d. eins og sumstaðar tíðkast, að mikill fjöldi ríkisborgara vinni erlendis og sendi jafnvel peninga heim til fjölskyldunnar.

Ef horft er á landsframleiðsluna sjálfa er ljóst að landsframleiðsla Íslands er ekki stór upphæð í alþjóðlegum samanburði. Ef henni er deilt niður á fólksfjöldann er þó komin samanburðarhæf eining, svokölluð landsframleiðsla á mann. Oft er sú eining síðan reiknuð með tilliti til kaupmáttar og þá fæst nokkuð góð mynd af efnahagslegri velsæld í viðkomandi ríki í samanburði við önnur. Í alþjóðlegum samanburði eru þessar tölur venjulega birtar í bandaríkjadölum.

Margar ólíkar mælingar á landsframleiðslu má finna á netinu og oft lýsir sú tala sem birtist ekki endilega stöðunni eins og hún er, þar sem í sumum ríkjum fer stór hluti efnahagsstarfseminnar fram fyrir neðan radar hinna opinberu stofnana sem taka saman tölurnar. Það má þó ætla að landsframleiðslan í ríku ríkjunum fari nokkuð nærri lagi.

Árið 2020 var landsframleiðsla á mann á Íslandi (leiðrétt fyrir kaupmætti) 55.219 Bandaríkjadalir samkvæmt tölum íslensku hagstofunnar.[16] Til samanburðar var hún 51.096 dalir í Finnlandi, 54.848 í Svíþjóð, 59.335 í Hollandi, 60.566 í Danmörku og 63.293 í Noregi, þar sem landsframleiðslan er hæst á Norðurlöndunum. Hún er þó nokkru hærri í Bandaríkjunum eða 63.415, en það helgast af því að kaupmáttur Bandaríkjamanna er nokkuð drýgri en hinna rándýru Norður-evrópsku velmegunarríkja.

---

[16] Hagstofa Íslands. (e.d.1). *Landsframleiðsla á Mann 1980-2020.*

Nokkru neðar á listanum eru stóru Evrópuríkin Þýskaland, Frakkland og Bretland með 53.809, 53.809 og 44.929 í þessari röð. Meðaltal hinna 27 Evrópusambandsríkja var, þarna árið 2020, 41.455 Bandaríkjadalir. Árið 2020 reið Covid 19 faraldurinn í garð og hafði hann talsverð efnahagsleg áhrif, t.d. hér á landi, en í júlí 2024 birti breska tímaritið *The Economist* lista sem sýndi Ísland í sjöunda sæti yfir ríkustu ríki heims, að teknu tilliti til launa á hverja unna klukkustund og kaupmáttar. [17]

Ofangreint sýnir að lífskjör á Íslandi jafnast á við efnuðustu ríki jarðarinnar. En hvernig skyldi þetta vera í fátækari ríkjum? Hvaða mun erum við að tala um hérna? Við munum tala betur um hnattrænan ójöfnuð síðar í þessari bók, en það er gagnlegt að átta sig á efnahagslegri stöðu Íslands í heiminum áður en lengra er haldið.

Við þurfum að leita annað en á vef Hagstofunnar til að finna fátækustu ríki jarðarinnar, en það má finna talnagögn um öll ríki heims á vefsíðu Alþjóðabankans, *worldbank.org*. Samkvæmt Alþjóðabankanum þá eru þau þrjú lönd sem hafa lægsta verga landsframleiðslu á mann árið 2019 (ath. ekki

---

[17] The Economist. (2024). "The world's richest countries in 2024".

sama ár og fyrir ofan, en breytir sennilega ekki miklu) Zimbabwe, með 411 dollara á mann, Burundi með 783 og Mið-Afríkulýðveldið með 985. Eins og sjá má er munurinn geigvænlegur. Reyndar nánast hundraðfaldur. Vissulega er margt sem ekki kemur fram í mælingu á landsframleiðslu, t.d. umfangsmikill sjálfsþurftarbúskapur í dreifðum byggðum þessara landa. Þannig er fólk ekki að kaupa sínar nauðsynjar allar úti í búð, eins og við gerum hér norðurfrá, heldur ræktar sinn eigin mat að miklu leyti, rétt eins og við gerðum fyrir um 200 árum. Veðurfarið er líka oftast mikið betra en við þekkjum hér og því minni þörf fyrir húsaskjól og þægindi því tengd og húsnæðiskostnaður því miklum mun lægri. En engu að síður hefur þessi mikli munur áhrif á aðra þætti sem við teljum til lífsgæða, heilsu, menntun barna og alla innviði til að lifa góðu lífi.

Heimskautaríki

Við ofangreinda fimm þætti varðandi stöðu Íslands á alþjóðavettvangi má bæta einni aukabreytu sem hefur verið að koma sterkar inn sem hluti af alþjóðlegu samhengi Íslands á umliðnum árum, ekki síst í tengslum við loftslagsbreytingar, en það er sú staðreynd að Ísland er heimskautaríki. Sem slíkt tilheyrir það samstarfsvettvangnum Norðurskautsráðinu (e. *Arctic Council*) sem inniheldur einnig önnur ríki sem ráða ríkjum í eða við

Norðurheimsskautið, en það eru auk Íslands, Rússland, Bandaríkin, Kanada, Danmörk, Noregur, Svíþjóð og Finnland. Auk þessara ríkja eiga þátttökurétt á fundum ráðsins sex samtök frumbyggjaþjóða á norðurslóðum.[18] Hægt er að deila um hversu miklu máli þetta skiptir fyrir Ísland alþjóðlega, en það er hinsvegar ljóst að fyrir lítil ríki er alltaf gott að eiga góðan aðgang að þeim fundarborðum þar sem stórþjóðir ráða ráðum sínum. Reyndar er Norðurskautsráðið í ákveðinni kreppu um þessar mundir, þar sem árásarstríð Rússa í Úkraínu hefur gert það að verkum að þeir eru ekki að taka þátt í störfum ráðsins. Þar munar um minna, því æði stór hluti norðurskautssvæðisins er rússneskt land, eða um það bil 53% af allri strandlínu þess. Um 20% af rússnesku landssvæði er á norðurskautssvæðinu og þar búa um tvær og hálf milljón manna, eða um helmingur þeirra sem búa á svæðinu.

Ísland hefur einnig gert sig gildandi þegar kemur að því að halda uppi alþjóðlegri umræðu um norðurskautssvæðið, en ár hvert er ráðstefnan Arctic Circle haldin í Hörpunni í Reykjavík, en henni var komið á fót af fyrrverandi forseta Íslands, Ólafi Ragnari Grímssyni, árið 2013. Ár hvert koma þúsundir

---

[18] Norðurheimskautsráðið. (e.d.). *About the Arctic Council.*

þátttakenda á ráðstefnuna, til að taka þátt í lifandi umræðum um þær áskoranir og þau tækifæri sem þetta merkilega svæði býður upp á. Hugsanlegt er að mikilvægi þess muni aukast þegar fram líða stundir vegna þeirra áhrifa sem hnattræn hlýnun hefur á svæðið, með bráðnun jökla og hafíss. Til verða nýjar siglingaleiðir milli heimsálfa og auðlindir, sem áður voru illaðgengilegar en eru skyndilega innan seilingar. Þetta getur líka þýtt aukin átök um svæðið, sem þegar er farið að leiða til frekari öryggisvæðingar eða hernaðaruppbyggingar á því. Að sama skapi má gera ráð fyrir aukinni ferðamennsku á þessar slóðir, með aukinni hættu á mannskaða og óhöppum á þessu, tiltölulega hættulega, svæði. Eru þá ónefndar ógnir á borð við hugsanleg áhrif ferðamennsku á tungumál og aðra menningu eða samfélagshætti frumbyggja.

"Hvítt"

Þó það sé ekki oft nefnt opinberlega er enn einn flokkurinn sem má ætla að hafi afgerandi áhrif á stöðu Íslendinga á alþjóðavettvangi sú staðreynd að mikill meirihluti íbúanna er hvítur á hörund. Ef horft er til nágrannalandsins Grænlands og reynsla þess innan danska konungdæmisins borin saman við reynslu Íslands, þá er ýmislegt sem kemur í ljós sem bendir til þess að hinn norræni, evrópski uppruni Íslendinga hafi gert það að verkum að Danir komu öðruvísi fram við þá, en inúítana á Grænlandi, sem hafa þurft að búa við ómælt misrétti, á borð við brottnám barna, vönun kvenna að þeim forspurðum og hrikalega fordóma, sem aldrei birtust með neinum viðlíka hætti í sambandinu við Ísland og Íslendinga. Fyrir sakir húðlitar síns, renna Íslendingar líka auðveldlega inn í hópa Vesturlandabúa sem búa við margvísleg forréttindi á alþjóðavísu og sleppa við allskonar óþægindi og tortryggni, t.d. þegar ferðast er á milli landa. Íslendingar sjálfir hafa verið meðvitaðir um þessa stöðu sína og t.a.m. fóru þeir fram á það við Bandaríkjamenn að ekki væru svartir hermenn á Íslandi, til að koma í veg fyrir „óæskilega" blöndun þjóðarinnar. Sú stefna var hinsvegar auðvitað ekki ásættanleg fyrir Bandaríkjamenn til lengdar, sérstaklega ekki eftir að Borgararéttindahreyfingin (e. *Civil Rights Movement*) kom til sögunnar þar í landi á sjöunda áratugnum til að berjast gegn aðskilnaðarstefnunni sem þar ríkti.

Undanfarin ár hefur samsetning þjóðarinnar þó tekið örum breytingum, rétt eins og nágrannalandanna og ekki er lengur hægt að ganga út frá því sem vísu að Íslendingar séu hvítir. Það verkefni er þó framundan á Íslandi að brjóta niður múra hvítra forréttinda, t.a.m. í listum og menningu, fjölmiðlum, viðskiptalífinu og í stjórnmálum.

1. desember 1918, fullveldi Íslands fagnað fyrir framan Stjórnarráð Íslands við Lækjargötu. Ljósmyndari: Magnús Ólafsson (1862-1937)

Ísland varð það sem kallað er fullvalda 1. desember 1918. Margir þekkja myndir af fámennum hátíðahöldunum fyrir framan stjórnarráðshúsið þennan fyrsta sunnudag í aðventu 1918, en eina þeirra má sjá hér fyrir ofan. En í reynd boðaði þetta miklar breytingar fyrir Ísland og Íslendinga. Þó að konungssambandið við Dani héldist til 1944 og Danir héldu áfram að sinna utanríkismálum Íslendinga um hríð, var þetta risastórt skref í þá átt að gera Ísland að þeim sjálfstæða geranda í alþjóðamálum sem það er í dag. Í reynd má segja að dönskum afskiptum af málefnum Íslands hafi lokið með hernámi landsins 10. maí 1940, þegar Bretar gengu á land. Tengslin voru svo formlega rofin með lýðveldisstofnuninni í rigningunni á Þingvöllum, 17. júní 1944.

Til að gæta hagsmuna sinna á alþjóðlegum vettvangi starfrækja fullvalda ríki utanríkisþjónustu. Íslenska utanríkisþjónustan er ekki stór. Ísland starfrækir 27 sendiskrifstofur í 22 ríkjum.[19] Margar þeirra eru mjög fámennar starfsstöðvar. Á vef utanríkisráðuneytisins segir um hlutverk þess:

> Utanríkisráðuneytið tekur þátt í alþjóðastarfi, til hagsbóta fyrir íslenskan almenning og atvinnulíf. Það gætir hagsmuna íslenskra ríkisborgara, fyrirtækja og neytenda með því að tryggja aðgang að alþjóðamörkuðum og efla fríverslun. Það styður við íslensk fyrirtæki sem vilja hasla sér völl erlendis og kynnir menningu og listir um víða veröld. Utanríkisráðuneytið sinnir pólitískum samskiptum Íslands við erlend ríki og innan alþjóðastofnana er varðar allt frá mannréttindum til öryggismála.[20]

Eins og sjá má er nokkur áhersla á verslun og viðskipti og að tryggja aðgang að mörkuðum. Það kemur til af því að lítil opin hagkerfi eins og Ísland, eiga allt sitt undir því að tryggja greiðan aðgang að mörkuðum. Það er versta martröð Íslands ef markaðsaðgangur þess

---

[19] Stjórnarráðið. (e.d.2). *Sendiskrifstofur.*

[20] Stjórnarráðið. (e.d.3). *Utanríkisráðuneytið.*

myndi af einhverjum orsökum lokast. Ekki bara myndi efnahagslífið hrynja, heldur væru áhöld um fæðu, eldsneyti, lyf og annað sem gerir það mögulegt að halda úti samfélagi á þessari norrænu eyju. Dagar sjálfsþurftarbúskapar eru liðnir og í dag á Ísland allt undir hinni svokölluðu hnattvæðingu, en við ræðum meira um hana síðar í þessari bók. En nú skulum við snúa okkur að uppbyggingu íslenska ríkisins og íslensks stjórnkerfis.

Íslenska ríkið - frá fullveldi til velferðar

Ríkið er valdamesta og best heppnaða pólitíska skipulagsheild sem til hefur verið frá upphafi mannlegrar siðmenningar. Það er ákaflega fátt ef nokkuð í mannlegu atferli sem ríkisvaldið hefur látið algerlega afskiptalaust frá því það fór að koma verulega til sögunnar á síðustu 200 árum eða svo. Vissulega voru til ríki fyrr á tímum. Við heyrum jafnvel vísað til ríkja í grárri forneskju, eins og Egyptalands eða Persíu, en þau voru næsta valdalítil og óburðug í samanburði við þjóðríki samtímans, sem búa yfir gríðarlegu magni upplýsinga um ríkisborgara sína og hafa afskipti með einum eða öðrum hætti af flestu því sem þau aðhafast og sum hver hafa meira að segja yfir að ráða vopnum sem geta tortýmt siðmenningunni.

Ríki eru formlega jafnstæð í fullveldi sínu, en ævintýralega misvaldamikil í raunveruleikanum og misjafnlega gædd auðlindum. Þannig eru Kína og Ísland að nafninu til jafningjar á alþjóðavettvangi, en auðvitað eru þau í afar ólíkri stöðu þegar kemur að völdum og áhrifum á þeim vettvangi.

Eins má finna ákaflega mismunandi hug-myndir um valdmörk ríkisins, jafnvel meðal frjálslyndra lýðræðisríkja. Þannig er ríkið oft séð sem „lausnin" á öllum mögulegum og ómögulegum vandamálum í Evrópuríkjum á borð við Frakkland og jafnvel Ísland, þar sem fyrst er litið til ríkisins til að leysa þann vanda sem upp kann að koma, en oft má nema þá umræðu t.d. í Bandaríkjunum að ríkið sé fremur einhvers konar „vandamál" sem skipti sér um of af athöfnum borgaranna og að afskipti þess séu óæskileg frekar en hitt.

Undanfarin ár hafa atburðir eins og hryðjuverk, fjármálakreppur og nú síðast heimsfaraldur og stríð kallað á viðbrögð ríkisvaldsins víða um heim og sennilega hefðu fáir trúað því árið 2019 að nokkrum mánuðum síðar væru ríki heimsins hvert á fætur öðru að loka landamærum sínum, setja útgöngubann á borgarana og láta þá hlaða niður staðsetningarappi á símana sína svo hægt væri að rekja ferðir þeirra og komast það því hver þau hefðu verið í námunda við.

Þjóðernishyggja (e. *nationalism*) lagði mikið af mörkum í mótun þeirra þjóðríkja sem við þekkjum í Evrópu, en hún kom til sögunnar í kjölfar *upplýsingarinnar* (e. *Enlightenment*) á átjándu öld og náði útbreiðslu með byltingunum í Bandaríkjunum og Frakklandi í lok þeirrar aldar.

Ríkisvaldið fór þó ekki að þenjast út af alvöru fyrr en u.þ.b. öld síðar, þegar það hóf að taka að sér hlutverk eins og menntakerfi, löggæslu, tölfræðisöfnun og vinnulöggjafir svo eitthvað sé nefnt.

Margt af því sem við hugsum um sem órjúfanlegan hluta af daglegu lífi og því að tilheyra einhverri þjóð, eins og t.a.m. vegabréf, eru tiltölulega nýleg fyrirbæri. Vegabréf komu fyrst til sögunnar í Evrópu í fyrri heimsstyrjöldinni, milli 1914 og 1918, enda ríkti almennt frjálslyndi í verslun og flutningum fólks á milli landa á nítjándu öldinni og fram undir fyrri heimsstyrjöld og ekki þótti sérstök ástæða til að hafa eftirlit með því hverjir færu yfir landamæri.

Hlutverk ríkisins þandist út með tilkomu stríðsins. Ríkin sem áttu í átökum beittu öllum björgum ríkisvaldsins í átökunum og lögðu m.a. atvinnu- og efnahagslifið undir stríðsreksturinn. Þess háttar stríðsrekstur hefur hlotið nafnið *allsherjarstríð*, eða *Total War* á ensku.

Að stríðinu loknu dró lítið úr umsvifum ríkisvaldsins, sem var nú komið á bragðið með að stýra öllu samfélaginu. Eitt af hlutverkum þess varð fljótlega að tryggja fulla atvinnu í samræmi við nýjar hugmyndir í hagfræði sem kenndar eru við breska hagfræðinginn John Meynard Keynes og eru kallaðar *Keynesismi*. Það má því segja að stríðsríkið hafi vikið fyrir velferðarríkinu, sem snerist um það að þjóðarleiðtogar tóku ábyrgð á heilsu, atvinnu, menntun, uppvexti og elli borgaranna og til urðu svokölluð blönduð hagkerfi, en þau ganga út á náið samstarf ríkisvaldsins og atvinnulífsins í samráði við verkalýðshreyfinguna. Á þessum tíma höfðu bolsjevísk byltingaröfl einnig náð völdum í Rússlandi og stofnað Sovétríkin, en grunnhugmyndafræði þess ríkis var að ríkisvaldið, sem framlenging á valdi verkalýðsins, ætti að ráða algerlega yfir öllum framleiðslutækjum og eiga meira og minna allt.

Uppruni og útþensla

Áhrif fyrri heimsstyrjaldarinnar á þróun ríkisvaldsins var engin undantekning frá þeirri reglu að allt frá upphafi hafa stríðsátök verið helsti áhrifavaldurinn á þróun þess. Uppfinning byssupúðursins á fjórtándu öld gjörbreytti því hvernig stríð voru háð. Skyttur og fallbyssur tóku við af riddurum á hestbaki. Afleiðingin af þessari breytingu varð vopnakapphlaup milli þeirra ríkja og skipulagsheilda sem til staðar voru á þeim tíma. Mannafli undir vopnum tífaldaðist í Frakklandi og Englandi milli fimmtándu og átjándu aldar og vitaskuld þurfti skrifræði til að halda utan um herinn.[21] Það stuðlaði að

---

[21] Opello, W. C., & Rosow, S. J. (2004). *The Nation-State and Global Order: A Historical Introduction to Contemporary Politics.*

styrkingu ríkisvaldsins, þar sem það fór að halda skrár yfir íbúa sína. Hér á Íslandi náði þetta til okkar 1703 þegar fyrsta manntalið var gert,[22] en talið er að það sé fyrsta manntalið í heiminum sem nær til heillar þjóðar.[23]

Afleiðingar þessarar tilhneygingar til mið-stjórnarvalds, varð til þess að stjórnmálaeiningum í Evrópu fækkaði úr ca. 500 í 25 frá árunum 1500-1800. Þetta gerðist með þeim hætti að fursta-, hertoga- og biskupsdæmi hurfu inn í ríki. Eins og ávallt gerist þegar stjórnmálaeiningar verða til, þá leiddi þetta til stöðlunar laga og reglna innan ríkjanna og ekki leið á löngu þar til stjórnmálasamskipti milli ríkja fóru að taka á sig skýrari mynd, og alþjóðlegt samfélag fór að verða til.

---

[22] Almennt voru Danir þó ekki mikið að nota Íslendinga í hernaði. Það var reynt að munstra Íslendinga í danska flotann, en það var haft fyrir satt að það reyndist nú ekki mjög vel, því þeir væru varla fyrr komnir úr augsýn við skerið, en þeir væru farnir að vola af heimþrá. Suma drægi heimþráin beinlínis til dauða, (Andersson, Johann, (2013), *Frásagnir af Íslandi, ásamt óhróðri Göries Peerse og Dithmars Blefkens um land og þjóð*. Fyrst gefin út í Hamborg 1746, Gunnar Þór Bjarnason og Már Jónsson önnuðust útgáfuna fyrir Safn Sögufélags, bls. 178-179.)

[23] Eiríkur G. Guðmundsson. (e.d.). *Manntalið 1703.*

Ef horft er til Evrópu, þá voru þegar farnar að koma fram hugmyndir um sameiningu álfunnar á þessum örlagaríku árum. Árið 1729 gaf Charles Irenée Castel de Saint-Pierre, betur þekktur sem *l'abbé de Saint-Pierre*, eða ábótinn af Saint-Pierre, út bók, þar sem hann lagði til það sem hann kallaði „*république européenne*", eða evrópskt lýðveldi, sem samanstæði af nítján ríkjum, en gert yrði út um átök þeirra á milli af varanlegum dómstóli með framkvæmdarvald. Þannig yrði komið í veg fyrir stríð og ný og „annars konar alþjóðasamskipti en þau sem byggjast á stjórnleysi og valdapólitík" myndu verða til.: „alþjóðleg samskipti byggð á „lögum þjóða" og alþjóðlegri réttarreglu".[24] Nú, yfir 200 árum og nokkrum skelfilegum styrjöldum síðar, getum við sagt að draumur Saint-Pierre hafi ræst. Í dag höfum við Evrópusambandið, sem árið 2012 fékk friðarverðlaun Nóbels með þeim rökstuðningi að það hefði „í meira en sex áratugi stuðlað að framgangi friðar og sátta, lýðræðis og mannréttinda í Evrópu".[25]

Árið 1648, sjötíu árum áður en Saint-Pierre gaf út ritgerð sína um „eilífan frið" var ný

---

[24] Pace, Roderick. (2008). *An Abridged Version of the Project for Perpetual Peace by M.L'Abbé de Saint-Pierre MDCCXXIX*.

[25] *ESB handhafi friðarverðlauna Nóbels*. (2012, 12. október), *visir.is*

Evrópa að mótast í ösku versta stríðs sem nokkurn tíma hafði verið háð fram að því: þrjátíu ára stríðinu. Þrjátíu ára stríðið var stríð trúarbragða og ættarvelda. Kaþólska kirkjan hafði klofnað um hundrað árum áður og *mótmælendur,* sem fylgdu þýska prestinum Marteini Lúter að málum, voru farnir að láta að sér kveða á vettvangi þjóða og nýttu nýfengin völd sín til að steypa Evrópu í styrjöld sem lagði miðbik álfunnar í rúst. Mótmælendur gegn katólskum, Heilaga rómverska keisaradæmið gegn Frakklandi, þýsku prinsarnir gegn keisaranum - og hverjum öðrum. Frakkar gegn Habsborgaraveldinu á Spáni, Svíar, Danir, Pólverjar, Rússar, Hollendingar og Svisslendingar drógust inn í átökin.[26]

Friðarferlið í kjölfar þessa stríðs, kennt við Vestfalíu, eða *Westfalen* í Þýskalandi, tók mörg ár með endalausu prútti um formsatriði og siðareglur. Hins vegar leiddi það af sér hugmynd að nýrri heimsskipan: Að ríkismiðuðu eðli alþjóðasamfélags sem byggði á því að full aðild að alþjóðlegu samfélagi væri eingöngu veitt því sem kallað var *fullvalda ríki*. Hugmyndin var upphaflega sú að með fullveldi fengju stjórnendur ríkja vald yfir trúarbrögðum innan sinna landamæra, enda voru það trúarbragðadeilur innan ríkja og

---

[26] Cavendish, R. (1998). "The Treaty of Westphalia".

íhlutanir utanaðkomandi afla vegna þeirra sem leiddu til þrjátíu ára stríðsins.

Þessi skipan hefur haldist, með nokkrum viðbótum og breytingum, inn í nútímann. Þetta hefur gerst þrátt fyrir breytingar á alþjóðasamfélaginu vegna nýlendustefnu evrópsku stórveldanna og afnáms hennar í lok síðari heimsstyrjaldar, þrátt fyrir tilkomu gereyðingarvopna, uppgang og fall heimsvelda, tilkomu hnattvæðingar, lýðræðis og uppgangs borgaralegs samfélags. Skuggahliðin á Vestfalíukerfinu er þó sú staðreynd að það verndar ríki sem kúga þegna sína fyrir því að taka á því ábyrgð, þar sem hvert ríki hefur sjálfdæmi um það sem gerist innan þeirra eigin landamæra. En það afhjúpar jafnframt veik og efnahagslega illa stödd ríki og gerir þau viðkvæm fyrir íhlutun. En engu að síður er þetta kerfi enn til staðar, þar sem fullvalda ríki, á borð við Ísland (sem fékk þá stöðu árið 1918) og Kína, eru að nafninu til jafnstæð á alþjóðavettvangi, þrátt fyrir gríðarlegan mun á fólksfjölda og efnahagslegum og hernaðarlegum björgum.

Uppbygging íslensks ríkisvalds

Ísland er lýðveldi með þingbundinni stjórn, eins og segir í fyrstu grein íslensku stjórnarskrárinnar.[27] Sérhvert þessara orða

---

[27] Alþingi. (e.d.3). *Stjórnarskrá Lýðveldisins Íslands*.

skýrir stjórnkerfi landsins, en ríkið varð lýðveldi þegar tengslin við Danmörku voru slitin árið 1944. *Lýðveldi* er í grunninn ríki sem ekki er með konung, heldur annarskonar, gjarnan kjörinn, þjóðhöfðingja, oftast forseta. Af Norðurlöndunum eru bara Ísland og Finnland lýðveldi, en hin eru þingbundin konungsríki. Ísland var í þeim hópi 1918-1944, fullvalda þingbundið konungsríki, en eftir 1918 var Kristján IX. titlaður konungur Íslands og Danmerkur. Fyrsti forsetinn, Sveinn Björnsson tók svo við embætti 17. júní 1944 þegar lýðveldið var stofnað.

Ríki með þingbundinni stjórn, eða *þingræðisríki* eins og þau eru kölluð, byggja á þeim grunni að þingið leggur grunninn að framkvæmdarvaldinu, en á Íslandi er framkvæmdarvaldið í hendi ríkisstjórnar, sem nýtur að jafnaði meirihlutastuðnings á þingi. Forsætisráðherra er þá yfirleitt leiðtogi framkvæmdarvaldsins. Sumsstaðar er þetta embætti kallað eitthvað annað, eins og kanslari í Þýskalandi eða *taoiseach* á Írlandi. Reyndar er titillinn forsætisráðherra skyldari því sem gerist í Bretlandi (*Prime Minister*) en því sem gengur og gerist á hinum Norðurlöndunum þar sem heitið er *statsminister*, sem mætti þýða sem ríkisráðherra. Í Færeyjum kallast þetta embætti *lögmaður*.

Þingræði er algengasta stjórnarfyrir-komulagið í Evrópu og er til staðar í öllum nágrannaríkjum Íslands. Annarskonar fyrirkomulag er *forsetaræði*, þar sem forsetinn er kosinn beinni kosningu og leiðir framkvæmdarvaldið burt séð frá meirihluta á þingi. Gott dæmi um það fyrirkomulag er að finna í Bandaríkjunum. Þar er forsetinn kosinn beinni kosningu á fjögurra ára fresti.[28] Deildir þingsins eru tvær, öldungadeild og fulltrúadeild. Kjörtimabil öldungadeildarþingmanna er sex ár, en þingmanna í fulltrúadeild tvö. Þannig er undir hælinn lagt hvort flokkur forsetans, sem er eins og áður segir með fjögurra ára kjörtímabil, sé með meirihluta í deildum þingsins. Á Íslandi starfar þingið í einni deild og er að jafnaði kosið til þess á fjögurra ára fresti, ef þing er ekki rofið og boðað til kosninga áður en fjögur ár eru liðin.[29]

Þó forsetinn á Íslandi sé þjóðkjörinn og hafi, samkvæmt stjórnarskrá, allnokkur völd, er einnig tilgreint í stjórnarskrá að hann sé

---

[28] Í reynd er s.k. kjörmannakerfi við lýði í Bandaríkjunum, þar sem kjósendur kjósa kjörmenn sem fara svo með atkvæði þeirra við kjör forseta. En í rauninni vita kjósendur hvaða frambjóðanda kjörmennirnir munu kjósa og þar af leiðandi má segja að forsetinn sé í raun kosinn beinni kosningu.

[29] Íslenska þingið starfaði áður fyrr í tveimur deildum, efri og neðri, þar til deildirnar voru sameinaðar 1991. Sjá Arna Björk Jónsdóttir og Solveig K. Jónsdóttir. (201o). *Alþingi*.

ábyrgðarlaus á stjórnarathöfnum og láti ráðherra framkvæma vald sitt. Þar af leiðandi er forsetaembættið á Íslandi í raun og veru táknrænt þjóðhöfðingjaembætti, á borð við embætti konunga og drottninga á hinum Norðurlöndunum sem og í Bretlandi og Hollandi.[30]

Svokölluð *þrískipting ríkisvaldsins* er fyrirkomulag sem á sér uppruna í hugmyndum Upplýsingarinnar á 18. öld. Þau sem skipta með sér valdinu samkvæmt þessu fyrirkomulagi eru *framkvæmdarvaldið* (gjarnan ríkisstjórn eða forseti), *löggjafarvaldið* (þing) og *dómsvaldið* (dómstólar). Hugmyndin með þessari þrískiptingu var upphaflega sú, að ekkert þessara kerfa yrði of valdamikið, til að koma í veg fyrir einveldi konunga eða alræðisstjórn, en hugmyndasmiðum þessa kerfis var ofarlega í huga að kollvarpa því fyrirkomulagi, sem þá var við líði víðast hvar í Evrópu. Í annari grein íslensku stjórnarskrárinnar kemur þessi skipting mjög skýrt fram, en þar er hún orðuð á þennan hátt: „Alþingi og forseti Íslands fara saman með löggjafarvaldið. Forseti og önnur stjórnarvöld samkvæmt stjórnarskrá þessari og öðrum

---

[30] Sjá 11. og 13. greinar stjórnarskrár Lýðveldisins Íslands, Alþingi. (e.d.3). *Stjórnarskrá Lýðveldisins Íslands*.

landslögum fara með framkvæmdarvaldið. Dómendur fara með dómsvaldið."[31] En eins og áður segir eru þau völd sem þarna eru tilgreind hjá forseta fyrst og fremst táknræns eðlis, þó lög frá Alþingi verði eingöngu staðfest með undirskrift hans, sem hann getur reyndar neitað að framkvæma og fara lögin þá sjálfkrafa í þjóðaratkvæðagreiðslu, skv. 26. grein stjórnarskrárinnar.[32]

Bandaríkin voru fyrsta ríkið sem varð til undir áhrifum þessara hugmynda um þrískiptingu ríkisvaldsins, en það stjórnkerfi sem komið var á 1776 eftir bandarísku byltinguna er að stærstum hluta enn við lýði og hefur því reynst frábærlega. Þar er líka að finna einhverja skýrustu skiptingu á milli þessara þriggja valdþátta sem hægt er að finna. Segja má að skiptingin sé óskýrari í þingræðisríkjum eins og Íslandi, þar sem framkvæmdarvaldið er að jafnaði samsett af þingmönnum, sem þannig blandast saman við löggjafarvaldið.

Tvö stjórnsýslustig

Á Íslandi er líka að finna tvö lög stjórnsýslunnar, þ.e. *ríkisvaldið* og *sveitarstjórnir*. Þetta er ólíkt öðrum

---

[31] Alþingi. (e.d.3). *Stjórnarskrá Lýðveldisins Íslands*.

[32] Alþingi. (e.d.3). *Stjórnarskrá Lýðveldisins Íslands*.

Norðurlöndum, þar sem stjórnsýslustigin eru þrjú, en á milli sveitarstjórna og ríkis þar er að finna þriðja stjórnsýslustigið, sem kallað er lén (Svíþjóð), héruð (Danmörk) eða fylki (Noregur).

Þegar þetta er skrifað eru 64 sveitarfélög á Íslandi og hefur þeim fækkað mjög frá því árið 1950, en þá voru 229 sveitarfélög á landinu.[33] Sveitarfélögin á Íslandi eru mjög misstór. Reykjavík er langstærst með um 140 þúsund íbúa, en Kópavogur er næststærstur með um 40 þúsund íbúa. Á höfuðborgarsvæðinu búa um 250 þúsund manns í sjö sveitarfélögum, en það er um 63% landsmanna. Að auki búa um 100 þúsund manns í innan við 100 km fjarlægð frá höfuðborgarsvæðinu, þannig að á þessum bletti á suðvesturhorni landsins búa hátt í 90% landsmanna.

Þrátt fyrir að það segi í sveitarstjórnarlögum að stefnt skuli að því að íbúafjöldi þeirra sé ekki undir 1000 manns,[34] er næstum helmingur íslenskra sveitarfélaga með íbúafjölda undir því marki og þar af fimm með undir 100 manns. Það blasir við að þessi örsmáu sveitarfélög eru ekki mjög vel í stakk búin til að veita lögbundna þjónustu, t.d. í skólamálum og þjónustu við fatlað fólk. Þetta

---

[33] Samband íslenskra sveitarfélaga. (e.d.). *Sveitarfélögin.*

[34] Alþingi. (2011a). *Sveitarstjórnarlög.*

leiðir til þess að fólk sem þarf á þjónustu að halda sækir í stærri sveitarfélögin, sérstaklega á höfuðborgarsvæðinu og einkum til Reykjavíkur.

Utan Reykjavíkur og Suðurnesja er það fyrst og fremst Akureyri sem getur boðið upp á sambærilega umgjörð og sveitarfélögin á höfuðborgarsvæðinu. Akureyri er, þrátt fyrir að vera ennþá skilgreind sem „bær", hin borgin á Íslandi. Lítil borg, en borg engu að síður, með flestallt það sem lífvænlegt borgarsvæði hefur upp á að bjóða.

Eins og nefnt er hér að ofan er þjónusta við fatlað fólk og rekstur leik- og grunnskóla hluti af lögbundnum verkefnum sveitarfélaganna, en á hverju ári gefur ráðuneyti sveitarstjórnarmála út lista yfir lögmælt verkefni sveitarfélaganna. Þar kennir ýmissa grasa, allt frá fjárstuðningi við íbúa í nauð, til barnaverndarmála, fráveitumála, vegagerðar og reksturs hafna.

Á vef Sambands íslenskra sveitarfélaga er sagt að uppruna sveitarfélaganna megi rekja nánast til upphafs byggðar á Íslandi og að tilvist þeirra megi rekja til „þeirra lýðræðislegu hefða sem landnámsmenn þekktu til úr norrænni menningu fyrri heimkynna." Þar segir einnig að upphaflegt hlutverk þeirra hafi mótast á grundvelli samhjálpar. Þess vegna er því þannig háttað að flest það sem kalla má „nærþjónustu" við borgarana er á höndum þessa stjórnsýslustigs.

Stundum hefur því verið velt upp hversvegna ekki séu þrjú stjórnsýslustig á Íslandi eins og á hinum Norðurlöndunum, en íslensk sveitarfélög eru með á sinni könnu um þriðjung opinberrar þjónustu sem veitt er á Íslandi, á meðan ríkið sér um tvo þriðju. Á hinum Norðurlöndunum sér ríkið um einn þriðja á meðan tveir þriðju hlutar opinberu þjónustunnar eru á höndum sveitarfélaganna og millistigsins á milli þeirra og ríkisins. Hér er fámennið á Íslandi stór áhrifaþáttur, en segja má að Ísland sé að fólksfjölda á stærð við meðalfylki í Noregi, svo dæmi sé tekið. Það hefur því ekki þótt þörf á því að búa til eitthvað millilag í stjórnsýsluna í svo fámennu landi. Á hinum Norðurlöndum er rekstur heilbrigðiskerfisins á höndum þriðja stjórnsýslustigsins, sem skýrir að stórum hluta hátt hlutfall opinbers reksturs utan vettvangs ríkisins, en hér er það ríkið sem sinnir rekstri heilbrigðiskerfisins að stærstum hluta.

Til beggja þessara stjórnsýslustiga er kosið í lýðræðislegum kosningum, að jafnaði á fjögurra ára fresti. Í alþingiskosningum, sem og í kosningum í öllum stærri sveitarfélögum landsins, eru það stjórnmálaflokkar sem eru í framboði, en í sumum smærri sveitarfélögum landsins eru viðhafðar svokallaðar óhlutbundnar kosningar, en það þýðir að þá er enginn listi eða stjórnmálaflokkur í framboði. Þess háttar kosningum hefur þó farið fækkandi eftir því sem sveitarfélög hafa orðið færri og stærri. En við skulum þá snúa okkur að stjórnmálaþátttöku og stjórnmálaflokkum á Íslandi.

Stjórnmálaþátttaka og stjórnmálaflokkar

Íslenska flokkakerfið er ekki einstakt og má segja að það endurspegli vel skiptingu í stjórnmálaflokka í öðrum Evrópuríkjum og ásinn frá vinstri til hægri sem algengur er víða um heim. Kerfið tók á sig nútímalega mynd á tímabilinu 1916-30. Það má halda því fram að mótunartímabili þess hafi lokið með stofnun Kommúnistaflokks Íslands árið 1930. Árið 1938 gekk þó Héðinn Valdimarsson þingmaður Alþýðuflokksins og nokkrir fylgismenn hans í kommúnistaflokkinn og mynduðu Sósíalistaflokkinn (Sameiningarflokkur alþýðu, Sósíalistaflokkurinn) og leiddi það til togstreitu og samkeppni á milli þessara tveggja flokka, þar sem þeir voru nokkurn veginn jafn stórir, það sem eftir lifði tuttugustu aldarinnar.

Sósíalistaflokkurinn (sem síðar átti eftir að breyta nafni sínu vegna frekari sameiningar við klofningsbrot úr Alþýðuflokki), var sjónarmun stærri á árunum 1942 til 1987. Þetta ástand var talsvert frábrugðið því sem var annarsstaðar á Norðurlöndum, þar sem jafnaðarflokkar (eins og Alþýðuflokkurinn) voru yfirleitt stærri en flokkarnir lengra til vinstri.[35]

Fyrir 1916 voru pólitískar víglínur dregnar um hin ýmsu viðhorf til málefna sem vörðuðu sjálfstæðisbaráttu Íslands. Með tilkomu stéttastjórnmálanna breyttist þetta.[36] Árið 1916 voru tveir stjórnmálaflokkar stofnaðir, Alþýðuflokkurinn, sem stofnaður var 12. mars, ásamt Alþýðusambandi Íslands, (ASÍ),[37] og Framsóknarflokkurinn, sem stofnaður var fáum mánuðum síðar, þann 16. desember, þegar tveir bændaflokkar, Bændaflokkurinn og Óháðir bændur, sameinuðust á þingi.[38]

Það tók nokkur ár til viðbótar fyrir öflin til hægri á hinu pólitíska litrófi að finna viðeigandi svar við þessum nýju stéttaflokkum, en það var ekki fyrr en rúmum áratug síðar sem mið-hægri flokkurinn Sjálfstæðisflokkurinn var stofnaður, eða þann

---

[35] Gunnar Helgi Kristinsson. (2006). *Íslenska stjórnkerfið*.

[36] Stéttastjórnmál vísa til þess að á þeim tíma voru flokkar fyrst og fremst myndaðir utan um stéttir samfélagsins, verkalýðsstétt, bændastétt og borgarastétt.

[37] Alþýðusamband Íslands. (e.d.). *Stofnun ASÍ og stefnuskrá*.

[38] Alþingi. (e.d.1). *Framsóknarflokkurinn*,

25. maí 1929, þegar Íhaldsflokkurinn og Frjálslyndi flokkurinn voru sameinaðir.[39] Þannig myndaðist „fjórflokkakerfið" sem stóð mest alla tuttugustu öldina, þar sem Sjálfstæðisflokkurinn var stærstur, Framsóknarflokkurinn oftast í öðru sæti og Alþýðuflokkurinn og Sósíalistar (sem tóku upp nafnið Alþýðubandalagið árið 1959 eftir sameiningu við flokksbrot úr Alþýðuflokknum), kepptu um þriðja sætið, en Sósíalistar voru stærri aðilinn af þessum tveimur á árunum 1942 til 1987.[40]

Sú staðreynd er æði athyglisverð að vegna innri átaka vinstri manna, á 82 ára tímabili frá því að Framsóknarflokkurinn kom fyrst í ríkisstjórn 1927 til ársins 2009, þegar fyrsta hreina vinstri stjórnin var mynduð, voru aðeins 4 ár þar sem hvorki Framsóknarflokkur né Sjálfstæðisflokkur voru í ríkisstjórn. Þar af voru tvö þessara ára í seinni heimsstyrjöldinni þegar utan-þingsstjórn var við lýði.[41]

---

[39] Alþingi. (e.d.2). *Sjálfstæðisflokkurinn.*

[40] Baldur Thorhallsson. (2004). *Iceland and European integration, on the edge*, bls. 6.

[41] Gunnar Helgi Kristinsson. (2007). *Íslenska stjórnkerfið*, bls. 176.

Þótt fjórflokkakerfið á Íslandi hafi verið tiltölulega stöðugt var, á síðustu þremur áratugum aldarinnar, fimmti flokkurinn að jafnaði til staðar. Mjög fáir þessara fimmtu flokka náðu að halda stöðu sinni lengur en eitt eða tvö kjörtímabil. Kvennalistinn var þó lífvænlegasta undantekningin, en hann var kjörinn fyrst á þing 1983 og hélt velli allt þar til hann rann inn í Samfylkinguna fyrir þingkosningar árið 1999.

Í dag er flokkaflóran mun fjölbreyttari, en segja má að bæði Sjálfstæðisflokkurinn og Framsóknarflokkurinn hafi klofnað með tilurð Viðreisnar annars vegar og Miðflokksins hinsvegar, auk þess sem Píratar og Flokkur fólksins hafa náð fótfestu á Alþingi hin síðari ár.

Íslensku stjórnmálaflokkarnir falla vel að því flokkamynstri sem sjá má í nágrannaríkjunum, að Bretlandi undanskyldu.[42] Á hinum Norðurlöndunum og víðar í Evrópu er að finna mið-hægri flokka á borð við Sjálfstæðisflokkinn, sem eiga rætur í borgaralegum öflum og frjálslyndri hugmyndafræði einstaklingsfrelsis og við-

---

[42] Af kosningatæknilegum ástæðum, sem tengjast einmenningskjördæmum, hafa tveir stjórnmálaflokkar, Íhaldsflokkurinn og Verkamannaflokkurinn, skipst á að vera við völd í Bretlandi í rúma öld, þó undantekning sé reyndar á þeirri reglu á síðasta áratug.

skiptafrelsis. Á meginlandinu eru þeir stundum kenndir við kristilega demókrata. Þar má einnig finna miðjuflokka á borð við Framsóknarflokkinn, sem eiga rætur í Samvinnuhreyfingu og bændaflokkum. Þar eru jafnaðarflokkar á borð við Samfylkinguna sem eiga rætur í verkalýðshreyfingu og stéttabaráttu og hugmyndafræði lýðræðisjafnaðarmanna og vinstri sósíalistar á borð við VG, sem eiga rætur í kommúnistaflokkum og róttækari öflum jafnaðarhugsjónanna, sem hafa að auki fléttað umhverfishyggju inn í sinn hugmyndagrunn á síðari áratugum.

Á hinum Norðurlöndunum hefur hægri vængurinn jafnan verið samsettur af fleiri flokkum en á Íslandi, en Sjálfstæðisflokkurinn náði mjög lengi að sameina öll borgaraleg öfl innan sinna raða. Undanfarin ár hefur trosnað upp úr því og Viðreisn og Miðflokkurinn, sem eru reyndar býsna ólíkir flokkar, eiga sér samsvörun í flórunni á hægri vængnum, bæði á hinum Norðurlöndunum, sem og annarsstaðar í Evrópu. Eins má segja að Flokkur fólksins sé eins konar lýðhyggjuflokkur[43] til

---

[43] Lýðuhyggjuflokkur er þýðing á Populist Party, sem eru stjórnmálaflokkar sem gera gjarnan út á óánægju með ráðandi öfl. Þeir eru jafnan andvígir hnattvæðingu og innflutningi fólks, enda kjósendur þeirra oft úr hópi þeirra sem höllum fæti standa og eru í samkeppni við innflytjendur um störf og aðrar samfélagslegar bjargir.

vinstri, en slíkir flokkar hafa verið að ná fótfestu víða í Evrópu undanfarin ár.

Píratar eru áhugaverð hreyfing og ekki sér íslensk, þó árangur hennar sé einna eftirtektarverðastur á Íslandi. Fyrsti Pírataflokkurinn var stofnaður í Svíþjóð 2006 og frá árinu 2009 hafa Píratar náð mönnum inn á Evrópuþingið og talsverðum árangri í héraðs- og sveitarstjórnarkosningum víða í Evrópu.

Lýðræðisleg þátttaka

Hugmyndin um lýðræði byggist á virkri þátttöku almennings, en þessi sýn hefur verið gagnrýnd út frá ýmsum sjónarhornum. Áður en lýðræðisríki urðu algeng voru aðilar sem héldu því fram að lýðræði myndi granda siðmenningunni þar sem „skríllinn" myndi taka öll völd,[44] meðan aðrir töldu að þetta yrði gríðarleg valdefling fyrir almenning, sem myndi ólmur taka þátt í stjórnun ríkisins.

Segja má að báðir hópar hafi haft rangt fyrir sér. Lýðræði hefur sannarlega ekki grandað siðmenningunni ennþá, en virk þátttaka almennings er oft því miður fremur lítil, þar sem rannsóknir hafa sýnt að þekking, áhugi,

---

[44] Líkt og lesa má í Ríkinu (Politeia) eftir Platón, sjá Platon. (1991). *Ríkið*.

og virkni almennings er af fremur skornum skammti.[45]

Alræðisríki, líkt og lýðræðisríki, krefjast þátttöku borgaranna, þó oft í öðruvísi formi, til dæmis í fjöldafundum til að sýna stuðning við valdhafana. Hins vegar, er grundvallarmunur á lýðræði og ólýðræðislegu stjórnarfari, þar sem lýðræðið býður upp á svigrúm fyrir frjálsa skoðanamyndun, möguleikann á að losna við óhæfa stjórnendur og hægt er að hafa áhrif á samfélagið, þó sumir hafi meiri áhrif en aðrir.

Rannsóknir í Bandaríkjunum um miðbik 20. aldar bentu til þess að tiltölulega fámennur hópur, sem oftast var fólk með svipaðan félagslegan bakgrunn, menntað í sömu skólunum og sem bjó gjarnan við auð, virðingu og gengdi formlegum embættum í samfélaginu, réði mestu um það sem máli skipti.[46]

Kosningaþátttaka er mikilvæg mælibreyta á lýðræðislega þátttöku, en þátttaka hefur farið minnkandi í mörgum ríkjum undanfarna

---

[45] Sjá t.d. Gunnar Helgi Kristinsson, *Íslenska stjórnkerfið*, 2007, bls. 56-57, sem og *Against Elections; The Case for Democracy* eftir David Van Reybrouck, 2016 og Against Democracy eftir Jason Brennan, 2016.

[46] Gunnar Helgi Kristinsson. (2007). *Íslenska stjórnkerfið*, bls. 48.

áratugi. Sum ríki, eins og Ástralía og Belgía hafa brugðist við þessu með því að hafa kosningaþátttöku lögbundna skyldu, en önnur ríki, eins og Ísland, búa enn að mikilli þátttöku vegna annarra samfélagslegra aðstæðna, eins og til að mynda nálægðar við valdið vegna smæðar samfélagsins. Á Íslandi er þátttaka í þingkosningum yfirleitt hærri en í sveitarstjórnarkosningum, sem bendir til þess að fólk meti þær sem mikilvægari.

Borgaralegt samfélag og óhefðbundin þátttaka spila einnig stórt hlutverk í lýðræðisríkjum, þar sem borgarar geta haft áhrif án þess að vera beint tengdir stjórnmálaflokkum, með því að taka þátt í samtökum um einhvern ákveðinn málstað, skrifa blaðagreinar, eða taka þátt í fundum eða mótmælum.

Mikilvægt er að hafa í huga hvernig menntun og tekjur hafa áhrif á stjórnmálaþátttöku. Þau sem hafa hærri tekjur og meiri menntun eru líklegri til að taka þátt í stjórnmálum, sem skapar misvægi milli ólíkra hópa í samfélaginu. Þau sem sitja á Alþingi eru ekki „þverskurður þjóðarinnar" eins og hugsanlega væri æskilegt, heldur búa þau að meiri menntun, betri efnahag og öðrum björgum, sem ekki öllum standa til boða. Þessi staðreynd undirstrikar mikilvægi þess að finna leiðir til að auka þátttöku og áhuga á stjórnmálum meðal allra þegna samfélagsins, til að lýðræðið geti orðið sem réttlátast og virkast.

Áhorfendur, sinnuleysingjar og skylmingaþrælar

Rannsóknir, svo sem þær sem framkvæmdar voru af bandarísku stjórnmálafræðingunum Lester W. Milbrath og Madan Lal Goel árið 1977,[47] sýna að aðeins lítill hópur borgara, um 5-7%, tekur virkan þátt í pólitískri baráttu. Þessir einstaklingar, sem kallaðir eru „skylmingaþrælar" af Milbrath og Goel, eru langt í frá að endurspegla þverskurð samfélagsins, og eru yfirleitt miðaldra, vel menntað, milli- eða efri stéttar fólk.

Stærstur hluti samfélagsins, um 60%, telst til „áhorfenda" að mati Milbraths og Goels, sem fylgjast með en taka sjaldan beinan þátt, og um þriðjungur eru „sinnuleysingjar" sem láta stjórnmál sig engu varða.

Þessi skipting innan lýðræðisríkja endurspeglar hið djúpstæða bil milli hinna fögru hugsjóna um lýðræðið og hins harða sannleika um það. Dæmigerður fulltrúi sinnuleysingja er oft ungur, ómenntaður, atvinnulaus, býr í fátækrahverfi, tilheyrir

---

[47] Milbrath, Lester W. og M. L. Goel. (1977). "Political Participation: How and Why Do People Get Involved in Politics?".

minnihlutahópi og talar ekki aðal tungumál samfélagsins.

Áhugi á stjórnmálum er einnig breytilegur, þar sem margir eru tiltölulega áhugalitlir og aðeins innan við 10% eru mjög áhugasamir, meðan um 30% hafa lítinn eða engan áhuga.[48] Rannsóknir sýna að áhugi á stjórnmálum fer ekki endilega minnkandi, þótt þátttaka geri það í sumum tilvikum. Það er áhugavert að skoða að á Íslandi eru um 30% kjósenda meðlimir í stjórnmálaflokkum, sem er nokkuð há tala í alþjóðlegum samanburði, en þar af eru tæp 8% áhugasöm um stjórnmál og félagar í stjórnmálaflokkum, sem gefur til kynna að um tveir þriðju meðlima hafi takmarkaðan áhuga á stjórnmálum.[49]

Ofangreint leiðir í ljós hvernig ýmsir þættir eins og menntun, tekjur, aðgangur að upplýsingum og félagsleg staða hafa áhrif á möguleika fólks til að taka virkan þátt í stjórnmálum. Það undirstrikar einnig mikilvægi þess að vinna að því að brúa bilið milli þeirra sem hafa aðgang að auðlindum og þeirra sem standa utan við, til að tryggja að

---

[48] Gunnar Helgi Kristinsson. (2007). *Íslenska stjórnkerfið*, bls. 57.

[49] Gunnar Helgi Kristinsson. (2007). *Íslenska stjórnkerfið*, bls. 57-58.

lýðræðið verði sem réttlátast fyrir alla þegna samfélagsins.

Efnahagsþróun á Íslandi

Ísland var um aldir landbúnaðarsamfélag, þótt fiskveiðar hafi alla tíð einnig verið ákveðin kjölfesta mannlífs á eyjunni. Áætlað er að í lok átjándu aldar hafi landbúnaðarvörur, (mjólkurvörur, kjöt og ull) verið um þrír fjórðu hlutar landsframleiðslunnar, en sjávarútvegur um fjórðungur.[50]

Verksmiðjuþorp tók að rísa í Reykjavík í kjölfar þess frumkvæðis Skúla Magnússonar landfógeta að stofna hinar svokölluðu Innréttingar[51] á þeim stað og voru vélar og tæki fluttar þangað frá útlöndum sumarið 1752. Þeim fylgdi föst búseta. Þessi

---

[50] Sigurður Snævarr. (1993). *Haglýsing Íslands.*

[51] Starfsemin fór reyndar fram víða um land, en miðstöð framkvæmdanna var í Reykjavík og nágrenni. Þessar framkvæmdir voru á danskri tungu kallaðar „*De Nye Indretninger*", eða „hinar nýju framkvæmdir". Þaðan kom því heitið „*Innréttingarnar*" sem fór að festast við athafnir og verkstæði „Hins íslenska hlutafélags", sem var hið formlega heiti fyrirtækis Skúla. (Sjá Hrefna Róbertsdóttir. (2001, 28. júní). "Hvaðan kemur nafnið „Innréttingarnar" á fyrirtækinu sem starfaði hér á 18. öld?").

þorpskjarni lifði af gjaldþrot Innréttinganna nokkrum áratugum síðar, eða 1803.[52]

Næsta stóra skrefið í umskiptum íslensks efnahagslífs var svo tekið þegar landsnefndin síðari – sem var konungsskipuð nefnd, sem hafði til athugunar ýmis framfaramál á Íslandi á árabilinu 1785-1794 – lagði til að einokunarverslun yrði aflétt og stofnaðir yrðu fáeinir kaupstaðir á landinu. Sex staðir fengu kaupstaðarréttindi þann 18. ágúst 1786, Reykjavík, Grundarfjörður, Ísafjarðarbær, Akureyri, Eskifjörður og Vestmannaeyjar. Kaupstaðarréttindi voru sérstök forréttindi sem þéttbýlisstaðir nutu samkvæmt lögum þar sem þeir máttu reka verslun og iðnað og hafa sérstaka bæjarstjórn, aðskilda frá stjórnsýslu sveitarinnar í kring. Ekki gekk uppbygging allra þessara nýju kaupstaða á Íslandi eftir sem skyldi og féllu kaupstaðarréttindi þeirra, annarra en Reykjavíkur, niður árið 1836.[53]

Af hverju er Ísland ríkt? Stutta svarið

Í lok nítjandu aldar var Ísland í hópi fátækustu landa Evrópu. Á árabilinu 1872-

---

[52] Trausti Valsson. (1986). *Reykjavík, vaxtarbroddur; Þróun höfuðborgar.*

[53] Magnús Skjöld. (2020). *Borgríkið*. Reykjavík sem framtíð þjóðar, bls. 54.

1912 flutti um fimmtungur íbúanna vestur um haf til að öðlast betra líf, laus úr ánauð vistarbands,[54] fátæktar og kúgunar. Í lok þeirrar tuttugustu var Ísland komið í hóp ríkustu landa heims. Hvað gerðist? Stutta svarið: *Sjávarútvegur.*

Á fyrstu árum aldarinnar var mikill uppgangstími í sjávarútvegi. Samgöngubylting hafði orðið í lok nítjándu aldar með tilkomu gufuknúinna skipa í stað seglskipa, sem gerbreytti öllum aðstæðum bæði til sjósóknar og til útflutnings sjávarfangs. Viðskiptakjörin á þessum árum voru einnig sérlega hagstæð og þeir sem fjárfestu í skipakosti, gátu vænst þess að fá fjárfestinguna til baka innan tveggja ára. Á þessum tíma voru „skipstjóravillurnar" í vesturbæ Reykjavíkur byggðar, fyrir gróðann af fiskveiðunum.

Tímabilið 1912-30 var eitt mesta umbyltingartímabil íslensks efnahagslífs. Íslenskar útgerðir fundu viljuga kaupendur í Miðjarðarhafslöndum og í Bretlandi.[55] Segja má að efnahagsþróun Íslands hafi fylgt eins konar kennslubókarlíkani um hvernig smáríki

---

[54] Vistarbandið var í reynd einskonar þrælahald, sjá t.d. Gísli Gunnarsson. (2002). „Hvað var vistarbandið?"

[55] Sjá t.d. Ólafur Björnsson. (1945). *Íslenzk haglýsing, fyrra bindi,* bls. 153-158.

aðlagast alþjóðahagkerfinu – með því að flytja út eina eða tvær meginvörur samkvæmt hlutfallslegum yfirburðum þeirra.[56] Á Íslandi var það fiskur. Landsframleiðsla jókst að meðaltali um 3,9% á ári árin 1901-14. Árin 1920-'30 var árlegur vöxtur að meðaltali tæplega 6%.[57] Þetta var fyrst og fremst vegna útflutnings á fiski og mikillar eftirspurnar og þar með góðs verðs fyrir þá vöru. Árið 1931 reið hinsvegar stórt áfall yfir þegar verð á fiskafurðum lækkaði um 30% í byrjun kreppunnar miklu sem gekk yfir heiminn á fjórða áratugnum. Árið eftir lækkaði verðið aftur um 6% Einnig voru settir upp tollar og innflutningskvótar á fisk í mikilvægustu viðskiptalöndum Íslands, sem liður í viðbrögðum ríkisstjórna heims til að vernda þarlendar atvinnugreinar í kreppunni.

---

[56] Hlutfallslegir yfirburðir er hagfræðihugtak, sem notað er um þær vörur sem hagkvæmast er að framleiða á hverjum stað. Ekki ber að rugla því saman við algera yfirburði, sem er ef hvergi annarsstaðar í heiminum er hagkvæmara að framleiða viðkomandi vöru. Þannig getur verið hagkvæmara að framleiða vöru X í landi 1 en í landi 2, en ef vara x er sú vara sem hægt er að framleiða á hagkvæmastan hátt í landi 2 hefur sú vara hlutfallslega yfirburði yfir aðrar, og hugsanlega er hagkvæmara að framleiða vöru Y í landi 1, ef sú vara hefur hlutfallslega yfirburði þar og kaupa vöru X af landi 2.

[57] Sigurður Snævarr. (1993). *Haglýsing Íslands,* bls. 30

Íslensk stjórnvöld brugðust við með því að fella gengi íslensku krónunnar, sem þá var nýverið komin til sögunnar, og setja upp eigin innflutningshöft og -takmarkanir. Þetta, ásamt öðrum ytri þáttum, hafði afar slæm áhrif á atvinnulífið og útgerðin, sem hafið verið stórgróðagrein, neyddist skyndilega til að lifa á ríkisstyrkjum.[58]

Langa svarið

Langa svarið við því hvernig Ísland varð eitt ríkasta ríki heims er hinsvegar miklu flóknara en bara sjávarútvegur og hægt að tiltaka fjöldamarga þætti sem höfðu áhrif á þá þróun. Hér að neðan verða nokkrir þeirra tíndir til. Eins og áður hefur komið fram er Ísland norrænt, evrópskt og tiltölulega stutt frá ríkustu svæðum jarðarinnar, Bretlandi, meginlandi Evrópu og Norður Ameríku. Samgöngur á hafi eru þær ódýrustu sem hægt er að finna þegar vörur eru fluttar og Ísland hefur náð að nýta sér þetta með útflutningi á fiski fyrst og fremst, þó ál hafi bæst við uppúr miðri tuttugustu öldinni.

Í öðru lagi, þá má nefna að menntunarstig Íslendinga var tiltölulega gott í upphafi aldarinnar, sem gerði þeim kleift að nýta sér

---

[58] Sigurður Snævarr. (1993). *Haglýsing Íslands,* bls. 34-36

vel þau tækifæri sem öldin gaf og byggja friðsælt og velmegandi samfélag. Íbúar landsins voru einnig vanir mikilli og erfiðri vinnu og vinnumenningin á landinu stuðlaði því að efnahagslegri velgengni.

Í þriðja lagi, þéttbýlismyndun. Reykjavík náði að þróast í alvöru borg, sem bauð metnaðarfullum Íslendingum tækifæri til að stunda iðju sína við nánast hvað sem er. Þetta kom í veg fyrir fólksflótta menntuðustu Íslendinganna til annarra landa, sem er vandamál sem nágrannaríki Íslands, Grænland og Færeyjar, hafa þurft að þola sökum skorts á tækifærum heimafyrir. Að auki náðu fjölmargir aðrir þéttbýlisstaðir fótfestu, fyrst og fremst í tengslum við útgerð og sköpuðu þjóðarbúinu miklar tekjur.

Í Reykjavík voru settir á fót bankar, Landsbankinn árið 1886 og Íslandsbanki árið 1904 sem gerðu íslenskum athafnamönnum kleift að fjármagna fjárfestingar sínar, fyrst og fremst í sjávarútvegi. Á sama tíma setti hið opinbera mikla fjármuni í innviðauppbyggingu og atvinnumál.

Í fjórða lagi, síðari heimsstyrjöldin. Heimsstyrjöldin var önnur stóra umbyltingin í íslensku efnahagslífi, þar sem segja má að landið hafi verið dregið inn í „nútímann" með gríðarlegri innviðauppbyggingu á kostnað hernámsliðsins, breska og bandaríska, sem meðal annars byggðu bæði Reykjavíkurflugvöll og Kefavíkurflugvöll, sem er enn helsta hliðið að landinu. Íslenska ríkið hefur aldrei þurft að greiða sjálft fyrir flugbraut á alþjóðaflugvelli.

Þar kom til sögunnar hin strategískt mikilvæga lega landsins í miðju Norður Atlantshafi og það hernaðarlega mikilvægi sem henni fylgdi. Þetta gerði það að verkum að í framhaldi af styrjöldinni tók helsta stórveldi jarðarinnar, Bandaríkin, landið upp á sína arma og hefur séð um landvarnir þess æ síðan. En ekki bara það, heldur veitti það Íslandi efnahagslegt skjól í framhaldi af byggingu herstöðvarinnar á Íslandi 1952 og sá til þess að tilraunir Breta til að koma í veg fyrir útfærslu landhelginnar í 12, 50 og síðast 200 mílur, tókust ekki.

Þetta gerðist allt, þrátt fyrir að íslenskar ríkisstjórnir gerðu sitt besta til að klúðra fjármálum ríkisins lengi framan af. Hagstjórnarmistök fyrstu ríkisstjórna Lýðveldisins Íslands og verndarhendi þeirra yfir óhagkvæmum atvinnugreinum eins og landbúnaði í nafni byggðarsjónarmiða, væru efni í heila bók, en landið og miðin gáfu engu að síður og ytri aðstæður náðu að fleyta landinu í hóp velmegandi velferðarríkja.

Blessað stríðið og fyrstu ár lýðveldis

Seinni heimsstyrjöldin, sem hófst haustið 1939, gekk á land á Íslandi þann 10. maí 1940 þegar breskir hermenn hertóku landið skyndilega yfir nótt. Bandaríkjamenn tóku við hersetunni af Bretum árið 1941 og ári síðar voru um 50.000 hermenn staðsettir á Íslandi, flestir á höfuðborgarsvæðinu. Á fyrstu árum hernámsins voru fleiri breskir og bandarískir karlmenn en íslenskir í Reykjavík.[59]

Þetta hafði margvísleg áhrif á íslenskt samfélag. Atvinnuleysi í Reykjavík, sem hafði verið umtalsvert fyrir stríð, þurrkaðist út á fyrstu mánuðum hernámsins þar sem hernámsliðið tók til við að uppfæra íslenska innviði, byggja flugvelli og vegi og búa sig undir að verja landið ef til þýskrar innrásar kæmi.[60] Efnahagsleg áhrif hernáms Breta og Bandaríkjamanna í stríðinu voru óviðjafnanleg. Íslendingum, sem 1939 stóðu frammi fyrir fjöldaatvinnuleysi og frystingu erlendra lána, tókst á þessum fimm árum hernámsins að verða ein ríkasta þjóð Evrópu.[61]

Fyrstu ár lýðveldisins, sem stofnað var á Þingvöllum 17. júní 1944, voru ólgusöm í

---

[59] Eggert Þór Bernharðsson. (1996). „Blórabögglar og olnbogabörn", bls. 12.

[60] Sigurður Snævarr. (1993). *Haglýsing Íslands,* bls. 43.

[61] Þór Whitehead. (1991). „Leiðin frá hlutleysi 1945-1949", bls. 64.

efnahagslegu tilliti. Talið var að brýn þörf væri á að endurnýja framleiðslutækin og vinna bug á húsnæðisskorti og - að hluta til undir áhrifum öflugar verkalýðshreyfingar - var áhersla lögð á verulegar beinar fjárfestingar ríkisins, einkum í sjávarútvegi. Velmegun stríðsáranna breytti engu um atvinnustefnu íslenskra stjórnvalda. Þau héldu áfram að styðja við bakið á „grunnatvinnuvegunum", sjávarútvegi og landbúnaði eins og þau gátu og þótt íslenskir ráðamenn væru hættir að trúa því að landbúnaður væri í fremstu röð þegar kæmi að íslensku atvinnulífi, var samt talið að hann ætti mikla möguleika sem útflutningsgrein.[62]

Hinn mikli gjaldeyrisforði sem safnast hafði upp í stríðinu var uppurinn á tveimur árum. Þessi stefna var einkennandi fyrir íslenska hagstjórn í um einn og hálfan áratug eftir stríð. Þó að þetta hafi kannski verið í samræmi við þá efnahagshugsun sem ríkti í stríðslok, þá varð raunin sú, að á tímum þegar hinn vestræni heimur var að brjóta niður tollmúra og auka frelsi í viðskiptum, gilti hið gagnstæða um Ísland, sem lagði megináherslu á viðskiptahindranir og stýrða verðlagningu gjaldmiðilsins til hagsbóta fyrir sjávarútveginn. Slíkt varð til tjóns fyrir aðrar

---

[62] Guðmundur Jónsson. (2002). „Hagþróun og hagvöxtur á Íslandi 1914-1960", bls. 26.

atvinnugreinar, og var í raun skólabókardæmi um það sem hagfræðingar kalla „hollensku veikina".[63] Marshallaðstoðin, bygging herstöðvarinnar í Keflavík og uppsveifla í síldveiðum milduðu höggið sem þessi stefna íslenskra stjórnvalda olli í byrjun sjötta áratugarins. Á árunum 1948-52 dróst landsframleiðsla saman árlega um u.þ.b. 3% að meðaltali og náði ekki aftur stöðunni eins og hún var 1947 fyrr en 1954.

Í lok sjöunda áratugarins fóru íslensk stjórnvöld að velta fyrir sér leiðum til að komast uppúr efnahagsniðursveiflunni sem þá gekk yfir landið og var eitt af meginatriðunum að fá betri aðgang að evrópskum mörkuðum fyrir íslenskar vörur. Í ljósi þess að Bretar og Danir, mikilvæg viðskiptalönd Íslendinga, voru á leiðinni að ganga í Efnahagsbandalag Evrópu (EBE) var afar mikilvægt fyrir Ísland að gera fríverslunarsamning við Efnahagsbandalagið.

---

[63] Í hagfræði er talað um „hollensku veikina" þegar augljóst orsakasamband er á milli uppgangs tiltekinnar atvinnugreinar (til dæmis náttúruauðlinda) og samdráttar í öðrum greinum (eins og í framleiðslugeira eða landbúnaði). Hugtakið var búið til árið 1977 af breska tímaritinu *The Economist* til að lýsa hnignun framleiðslugeirans í Hollandi eftir að Hollendingar fundu jarðgas árið 1959, en geirinn sem áherslan er á dregur að sér fjárfestingar, mannauð og athygli, sem hefur slæm áhrif á aðra geira.

Liður í því var að ganga í Fríverslunarsamtök Evrópu, EFTA, sem Ísland gerði árið 1970. Það ár fóru 38% af íslenskum útflutningi til annarra EFTA-landa,[64] en Ísland náði þeim áfanga að gera hagstæðan fríverslunarsamning við EBE árið 1972, hina svokölluðu bókun 6.[65]

Annað markvert skref til að skapa meiri fjölbreytni í íslenskum útflutningi var að laða stóriðju til Íslands í krafti þeirrar miklu vatnsaflsorku sem verið var að beisla í nýjum virkjunum á hálendinu. Árið 1966 var undirritaður samningur um byggingu álvers í Straumsvík sunnan við Hafnarfjörð, milli ríkisstjórnar Íslands og svissneska álfyrirtækisins Alusuisse. Þremur árum síðar tók verksmiðja ÍSAL í Straumsvík til starfa.[66] Aðrar verksmiðjur hafa verið settar upp hér á landi síðan og hafa þær krafist umfangsmikilla virkjanaframkvæmda. Nýjasta stóra virkjunin, við Kárahnjúka fyrir álver Alcoa við Reyðarfjörð á Austurlandi,

---

[64] Árið 1970 voru aðildarríki EFTA Austurríki, Danmörk, Noregur, Portúgal, Svíþjóð, Sviss og Bretland og Finnland var aukaaðili. Danmörk og Bretland yfirgáfu samtökin 1972, þegar þau gengu í EBE.

[65] Sigurður Snævarr. (1993). *Haglýsing Íslands,* bls. 227-228.

[66] Rio Tinto. (e.d.). *Rio Tinto, fyrirtækið, upphafið.*

vakti miklar deilur, en verksmiðjan sú tók til starfa í apríl 2007.[67]

Efnahagslegt mikilvægi sjávarútvegs er enn mikið á Íslandi, en mikilvægi hans hefur þó engu að síður farið minnkandi. Árið 1990 voru fiskveiðar og fiskvinnsla 14,3% af landsframleiðslu, árið 2000 var hlutfallið 10,6% og árið 2022 6,4%.[68] Mikilvægi greinarinnar felst fyrst og fremst í framlagi hennar til útflutningstekna. Markaðurinn fyrir sjávarafurðir hér á landi er sáralítill og aflinn er að mestu fluttur út á markaði í Evrópu og í minna mæli til Ameríku og Asíu. Árið 1949 náði hlutdeild sjávarútvegs í vöruútflutningi frá Íslandi hámarki, eða rúmlega 97%. Þótt miklar breytingar hafi átt sér stað á 21. öldinni, sérstaklega vegna tilkomu annarra útflutningsgreina eins og stóriðju og ferðaþjónustu, fór hlutur sjávarútvegs í vöruútflutningi í fyrsta skipti niður fyrir 50% árið 2007, en það var í fyrsta sinn sem það gerðist frá árinu 1877. Engu að síður hefur útflutningur sjávarafurða áfram verið veigamestur einstakra útflutningsgreina í vöruútflutningi og var um 36% árið 2022.[69]

---

[67] Alcoa. (e.d.). *Alcoa á Íslandi*.

[68] Radarinn. (e.d.2). *Landsframleiðsla*.

[69] Radarinn. (e.d.1). *Gjaldeyrisöflun*.

Á áttunda og níunda áratugnum var nokkuð algengt að stjórnvöld stjórnuðu verðlagi krónunnar út frá hagsmunum sjávarútvegsins og því var verðinu á gjaldmiðlinum haldið á því stigi að sjávarútvegurinn gæti haldið tekjum sínum nálægt núlli.[70]

Á fyrstu árum níunda áratugarins innleiddi þáverandi ríkisstjórn kerfi framseljanlegs fiskveiðikvóta, „kvótakerfið" svokallaða. Þetta leiddi til gríðarlegrar uppstokkunar innan greinarinnar sem varð smám saman uppspretta mikils auðs kvótahafa.[71] Að auki hafði samþjöppun í greininni veruleg áhrif á byggðarfélög víða um land. Þar sem kvótinn fór, þar fór fólkið líka. Það þarf varla að taka það fram að þetta kerfi hefur verið afar umdeilt í íslenskum stjórnmálum og þjóðfélagi alla tíð síðan.

Evrópska efnahagssvæðið

Á áttunda áratug 20. aldarinnar hóf Ísland þátttöku í samrunaverkefnum í Evrópu, fyrst með inngöngunni í Fríverslunarbandalag Evrópu, EFTA, árið 1970 og síðar Evrópska efnahagssvæðið, (EES), árið 1994. Inngangan

---

[70] Jón Daníelsson & Gylfi Zoega. (2009, 9. febrúar). *Hagkerfi býður skipbrot,* bls. 3.

[71] Jón Daníelsson & Gylfi Zoega. (2009, 9. febrúar). *Hagkerfi býður skipbrot,* bls. 3.

í EFTA var lykillinn að þessu skrefi, en Evrópska efnahagssvæðið var búið til fyrir EFTA ríkin, svo þau þyrftu ekki að ganga í Evrópubandalagið (EB), en hluti þeirra var „hlutlaus" í kalda stríðinu og stjórnendur Evrópubandalagsins kærðu sig ekki um slík lönd inn í bandalagið.

Reyndar breyttust aðstæður hratt á þeim tíma sem samningurinn var gerður. Kalda stríðinu lauk árið 1990 og hlutleysið hætti að skipta máli og svo fór að þrjú af sex EFTA ríkjum, Svíþjóð, Finnland og Austurríki, gengu í Evrópusambandið (ESB)[72] ári eftir að EES samningurinn tók gildi, eða 1. janúar 1995. Eftir í EFTA armi Evrópska efnahagssvæðisins urðu á þeim tíma Ísland og Noregur (en Sviss tók ekki þátt þar eð þjóðin hafnaði því í þjóðaratkvæðagreiðslu) og síðan bættist örríkið Liechtenstein við í maí 1995.

Óhætt er að fullyrða að inngangan í EES hefur verið landinu mjög hagfelld og skapað Íslendingum fjöldamörg tækifæri til viðskipta, búsetu og náms í hinum EES ríkjunum. Að sama skapi hefur EES samningurinn verið grundvöllurinn fyrir hinum miklu

---

[72] Evrópubandalagið (e. *European Community*) breytti nafni sínu í Evrópusambandið (e. *European Union*) árið 1993, í kjölfar gildistöku nýs sáttmála, sem gjarnan er kenndur við Maastricht í Hollandi, en ber í raun nafnið *Treaty on European Union*.

fólksflutningum sem hafa átt sér stað hingað til lands á fyrstu áratugum 21. aldarinnar, en þeir hafa lagt grunninn að uppgangi öflugra atvinnugreina, á borð við ferðaþjónustuna.

Verðbólga og gengi

Verðbólga (skilgreind sem „jákvæð" prósentubreyting verðlags - eða verðlagshækkun - á ákveðnu tímabili, gjarnan á ári) er mikilvægur hagvísir sem gefur vísbendingar um hlutfallslegan stöðugleika viðkomandi hagkerfis. Viðvarandi verðbólga stafar venjulega af einhverjum krónískum efnahagsvandamálum[73] og í kjölfar mikillar verðbólgu á heimsvísu upp úr 1970 og vandamálum sem því fylgdu hafa flestir seðlabankar heimsins talið það vera aðalhlutverk sitt að vinna gegn verðbólgu.

Ísland var mikið verðbólguland stóran hluta eftirstríðsáranna og níundi áratugurinn gekk í garð með tveggja stafa verðbólgutölum.[74]

Vegna nokkurra samverkandi þátta, t.d. þjóðarsáttarsamninganna svokölluðu, dróst verðbólgan hratt saman á árunum fyrir

---

[73] Sachs, Jeffrey & Felipe B. Larrain. (1993). *Macroeconomics in the Global Economy.*, bls. 327.

[74] Alþjóðagjaldeyrissjóðurinn. (2011). *World Economic and Financial Surveys.*

aldamót og í mars 2001 varð það meginmarkmið Seðlabanka Íslands að halda verðbólgu lágri, eða sem næst 2,5%.[75] Það er skemmst frá því að segja að þetta hefur ekki tekist mjög vel. Seðlabankinn framfylgir peningastefnu sinni að miklu leyti með því að hafa áhrif á vexti á peningamarkaði, fyrst og fremst með ávöxtunarkröfu í viðskiptum sínum við lánastofnanir - svokölluðum stýrivöxtum.[76]

Eins og fyrr segir ríkti verðbólga á Íslandi eftir stríð og gengisfellingar voru algengt hagstjórnartæki. Þannig var með nýju Seðlabankalögunum, sem sett voru árið 2001, hætt við fastgengisfyrirkomulag sem erfitt var að halda við og skipt yfir í breytilega vexti sem studdir eru verðbólgumarkmiði. Vonin var sú að það næðist að losna við verðbólgu í eitt skipti fyrir öll.[77] Á tímabilinu 2003-05 var krónan einstaklega sterk sem skaðaði útflutningsgreinar eins og sjávarútveg verulega. Á þessu tímabili varð afnám krónunnar og upptaka evru áberandi þáttur í málflutningi þeirra sem aðhylltust ESB-aðild. Einnig bentu rannsóknir til þess að viðskipti

---

[75] Seðlabanki Íslands. (e.d.). *Verðbólgumarkmið*.

[76] Seðlabanki Íslands. (e.d.). *Verðbólgumarkmið*.

[77] Þórólfur Matthíasson. (2009). "Spinning out of Control, Iceland in Crisis", bls. 2.

Íslands við evruríki gætu aukist um 60% ef Ísland gengi í ESB og Evrópska myntbandalagið, EMU. Þessi aukning gæti þar af leiðandi hækkað landsframleiðslu á mann á Íslandi um u.þ.b. 4% og þessi áhrif yrðu enn meiri ef Bretland, Danmörk og Svíþjóð ákvæðu að taka upp evru.[78]

Í upphafi ársins 2006 blés ekki byrlega fyrir krónuna, sem þó hélt hlutfallslegum styrk til ársins 2008. Frá byrjun mars 2008 til desember sama ár fór gengisvísitala krónunnar hinsvegar úr um 130 í 250, sem þýðir á mannamáli að verðgildi hennar helmingaðist.[79] Ísland var lent í verstu gjaldeyriskreppu sögunnar.

Mörg fyrirtæki og einstaklingar höfðu á árunum þar á undan freistast af mjög lágum vöxtum erlendis, miðað við ofurháa vexti á Íslandi, til að taka lán í erlendum gjaldmiðlum. Skuldir þeirra meira en tvöfölduðust á innan við ári. Gjaldeyrismarkaðurinn hrundi algjörlega 8. október 2008 í kjölfar neyðarlaga sem ríkisstjórnin setti tveimur dögum áður.

---

[78] Breedon, Francis & Thórarinn G. Pétursson. (2004). *Out in the cold? Iceland's trade performance outside the EU.*

[79] M5.is - Miðpunktur atvinnulífsins. (2009). Úrvalsvísitalan OMXI15.

Erlendur gjaldeyrir varð þá nánast ófáanlegur á Íslandi.[80] Hrunið var hafið.

Hrunið og uppgangur ferðaþjónustunnar

Hrunið var erfiður tími í efnahagslífi þjóðarinnar. Mjög mörg fyrirtæki og einstaklingar misstu fótanna og fóru í gjaldþrot. Markverðast var þó gjaldþrot stóru viðskiptabankanna þriggja, Kaupþings, Glitnis og Landsbankans, en gjaldþrot Kaupþings er eitt allra stærsta gjaldþrot sögunnar, á heimsvísu. Efnahagsreikningar bankanna þriggja voru um tíföld fjárhæð landsframleiðslu Íslands.

Ísland var eitt af fyrstu fórnarlömbum fjármálakreppunnar 2008. Í kjölfar alvarlegs umróts á fjármálamörkuðum um allan heim hrundu um 85% af íslenska bankakerfinu í október það ár. Mikið af því sem eftir var af íslenskum fjármálastofnunum fylgdi í kjölfarið snemma árs 2009. Íslenski hlutabréfamarkaðurinn tapaði 98 prósentum af verðmæti sínu á innan við tveimur árum.[81]

---

[80] Jón Daníelsson & Gylfi Zoega. (2009, 9. febrúar). *Hagkerfi býður skipbrot,* bls. 14.

[81] Magnús Árni (Skjöld) Magnússon. (2011). *The Engagement of Iceland and Malta with European Integration: Economic Incentives and Political Constraints,* bls. 66.

Íslenskt samfélag var í algjöru áfalli. Lýðveldið Ísland var komið inn í verstu efnahagskreppu í sextíu ára sögu sinni.

Skyndilega beindust augu heimsins að Íslandi. Hinn 24. október óskuðu íslensk stjórnvöld eftir tveggja ára fjárstuðningi frá Alþjóðagjaldeyrissjóðnum (AGS) upp á 1,4 milljarða SDR til að koma í veg fyrir enn frekara gengisfall krónunnar, tryggja sjálfbærni ríkisfjármála til meðallangs tíma og þróa víðtæka endurskipulagningu bankakerfisins.

Verg landsframleiðsla Íslands, sem hafði vaxið hratt á árunum fyrir hrunið, dróst saman um 7,7% árið 2009 og 2,8% árið 2010.[82]

Það var því ljóst að landið þurfti að leita nýrra leiða til að koma sér af stað á ný. Árið 2009 sótti Ísland um aðild að Evrópusambandinu (ESB) með það að markmiði að tryggja sér griðastað og liðka til fyrir hraðari efnahagsbata. Samfylkingin, sá stjórnmálaflokkur sem bar ábyrgð á að hefja umsóknarferlið, benti á upptöku evrunnar sem lykilávinning fyrir íslensku þjóðina. Flokkurinn lagði áherslu á að það myndi leiða til ódýrari vara fyrir neytendur og fyrirtæki,

---

[82] Hagstofa Íslands. (e.d.2). *Þjóðhagsreikningar: Landsframleiðsla.*

sem og aðgangs að uppbyggingarsjóðum ESB fyrir dreifbýli, landbúnað og ferðaþjónustu. Vinstrihreyfingin grænt framboð (VG), samstarfsaðili Samfylkingarinnar í ríkisstjórn, studdi aðildarumsóknina, þrátt fyrir andstöðu í stefnuskrá sinni við ESB-aðild. Það gerði flokkurinn til þess að liðka fyrir myndun fyrstu vinstri stjórnarinnar á Íslandi með þingmeirihluta á bakvið sig.

Til að bregðast við efnahagshruninu milduðu allir helstu stjórnmálaflokkar á Íslandi, þar á meðal VG, afstöðu sína til ESB-aðildar og voru tilbúnir að kanna möguleika á að leita skjóls hjá ESB. Til dæmis tók Framsóknarflokkurinn upp nýja ESB-stefnu og Sjálfstæðisflokkurinn beitti sér fyrir einhliða upptöku evrunnar í þingkosningunum í apríl 2009.[83]

Icesave-deilan, diplómatísk deila Íslands, Hollands og Bretlands sem hófst eftir að Landsbankinn varð gjaldþrota árið 2008, skyggði hins vegar fljótt á ESB-aðildarumsóknina og reið húsum í íslenskum stjórnmálum til ársins 2013, þegar deilan var loks leist með niðurstöðu EFTA dómstólsins. Þessi ágreiningur olli þjóðernissinnuðu bakslagi í íslenskum stjórnmálum, sem minnkaði fylgið við ESB aðild verulega, auk

---

[83] Baldur Thorhallsson & Christian Rebhan. (2011). "Iceland's Economic Crash and Integration Takeoff: An End to European Union Scepticism?".

þess sem kreppan á evrusvæðinu gerði stjórnvöldum erfitt fyrir að afla stuðnings almennings við að taka upp evru og ganga í ESB.[84] Í kjölfar kosninga vorið 2013, ákvað nýmynduð samsteypustjórn Framsóknarflokks og Sjálfstæðisflokks, að segja upp viðræðum við Evrópusambandið um aðild Íslands.

Á þessum tíma var ný atvinnugrein farin að gera sig gildandi. Ferðaþjónustan. Vissulega hafði ferðaþjónusta sem atvinnugrein verið til á Íslandi um langa hríð. Það voru alltaf einhverjir sem höfðu áhuga á að skoða stórbrotna náttúru þessarar dularfullu eyjar í norðri. En í sjálfu sér voru þeir ekki margir, vegna þess að Ísland var dýrt land og ferðaþjónustan var að flestu leyti vanþróuð. En þetta breyttist við hrunið. Þegar gjaldmiðillinn hrundi í verði, var skyndilega orðið tiltölulega ódýrt að ferðast um Ísland. Gosið í Eyjafjallajökli 2011, sem stöðvaði allt farþegaflug í Evrópu um nokkurra vikna hríð, vakti líka athygli á landinu og skyndilega hófu ferðamenn að hópast til landsins. Vöxturinn var ævintýralegur. Fjöldi ferðamanna á Íslandi jókst um meira en 400 prósent á milli áranna 2010 og 2018 og nam rúmlega 2,3

---

[84] Baldur Thorhallsson & Christian Rebhan. (2011). "Iceland's Economic Crash and Integration Takeoff: An End to European Union Scepticism?".

milljónum árið 2018.[85] Það ár skilaði íslensk ferðaþjónusta um 12,22 prósent af vergri landsframleiðslu.[86] Þrátt fyrir að ferðaþjónustan hafi orðið fyrir áhrifum af Covid 19 hefur hún náð sér á fyrra strik á árunum 2023 og '24.[87]

Sú saga sem rakin er hér að ofan, hin ævintýralega efnahagslega velgengni þessarar smáþjóðar í Norður Atlantshafi, átti sér ekki stað í tómarúmi. Hún tengist órjúfanlega böndum því fyrirbæri sem hefur sett mark sitt á undanfarna öld, kannski meira en nokkuð annað: *hnattvæðingunni*. Við skulum snúa okkur að henni núna.

---

[85] International Trade Administration. (2024, 3. mars). *Iceland—Tourism*.

[86] Worlddata, Info. (e.d.). *Development and importance of tourism for Iceland*.

[87] Ferðamálastofa. (2023). *Ferðaþjónusta í tölum – janúar 2023: Samantekt fyrir árið 2022*.

Hnattvæðing og alþjóðlegar áskoranir

Hnattvæðing, sem stundum er kölluð alþjóðavæðing, er hugtak sem finna má víða í orðræðu nútímans. Sumir myndu jafnvel segja að það væri ofnotað. Á meðan einhverjir telja hnattvæðinguna undirrót þeirra vandamála sem mannkynið stendur frammi fyrir halda aðrir því fram að hún sé í raun lausnin á vandamálum samtímans.

En hvað er hnattvæðing? Til eru fjöldamargar skilgreiningar. Sú sem er almennust segir að hnattvæðing sé það ferli eða sú tilhneyging að atburðir á einum stað í heiminum hafi í síauknum mæli áhrif á einstaklinga og samfélög annarsstaðar í heiminum, jafnvel á sama tíma. Í bók sinni um hnattvæðinguna segir félagsfræðingurinn George Ritzer að hnattvæðing sé hratt vaxandi samþætting sem á sér stað á heimsvísu og það að samfélög manna reiða sig í síauknum mæli á önnur samfélög. Þannig deili þau verkháttum, tengslum og félagslegu skipulagi og séu í mörgum tilfellum farin að líta á mannkyn allt sem eina heild.[88] Ísraelski rithöfundurinn og fræðimaðurinn Yuvel Noah Harari segir að þó

---

[88] Ritzer, George & Paul Dean. (2021). *Globalization, A Basic Text.*

heimurinn sé enn pólitískt sundurleitur, séu ríki hratt að missa sjálfstæði sitt. Ekkert þeirra sé í raun fært um að framfylgja sjálfstæðri efnahagsstefnu, að lýsa yfir og heyja stríð eins og því sýnist, eða jafnvel stjórna eigin innanríkismálum.[89]

Hnattvæðingin er auðvitað ekki ný af nálinni, og stundum er talað um fjórar bylgjur í því samhengi. Þó um það sé deilt og margir telji að hnattvæðingin hafi byrjað mun fyrr, skulum við halda okkur við gleraugu Vesturlandabúans og segja að *fyrsta bylgjan* hafi átt sér stað á árabilinu 1450-1850, þegar Evrópubúar lögðu undir sig það sem þeir kölluðu „nýja heiminn". Nýji heimurinn var fyrst og fremst Norður og Suður Ameríka, en þeir lögðu á þessum tíma einnig undir sig hluta Asíu sem og Eyjaálfu.

Önnur bylgjan var svo á milli 1850 og 1945 og fólst í útþenslu heimsvelda Evrópubúa, sem á því tímabili náðu til nánast allrar heimsbyggðarinnar. Kapphlaupið mikla um Afríku fór fram á tímabilinu 1876-1912, en þá hafði mestöll álfan verið lögð undir evrópsku heimsveldin. Þetta var enda tími *heimsvaldastefnunnar* (e. *colonialism*) og helstu heimsveldin voru þau bresku, frönsku,

---

[89] Harari, Yuvel Noah. (2014). *Sapiens, A Brief History of Humankind.*

hollensku, portúgölsku og spænsku, en því síðastnefnda var reyndar þegar farið að hnigna allverulega á þessum tíma. Þjóðverjar og Belgar voru líka þátttakendur í kapphlaupinu um Afríku. Hugsanlega má bæta Rússlandi í þennan hóp, en þetta var tíminn sem það ríki þandist út til austurs, lagði undir sig hið gríðarlega landflæmi sem við köllum Síberíu og náði á endanum alla leið að strönd Kyrrahafs.

Segja má að Ísland hafi tilheyrt einu heimsveldanna á þessum tíma, því danska, en Danir byggðu upp sitt heimsveldi, þó á smáum skala væri, sem náði m.a. til Afríku, Vestur Indía í Karíbahafi og til Indlands, þó mestu umsvifin væru á Norður Atlantshafssvæðinu, í Noregi, Íslandi, Grænlandi og Færeyjum.

Þriðja bylgja hnattvæðingarinnar er svo á árunum í kjölfar síðari heimsstyrjaldarinnar, en þá brotnuðu evrópsku heimsveldin upp og við tóku alþjóðlegar stofnanir, margar hverjar settar á fót fyrir tilstilli Sameinuðu þjóðanna, sem stofnaðar voru eins og áður segir í lok stríðsins árið 1945. Á þessum tíma voru heimsviðskiptin samþætt á áður óþekktum skala, GATT samkomulagið svonefnda, (e. *General Agreement on Tariffs and Trade*), sem breyttist árið 1995 í Heimsviðskiptastofnunina (e. *World Trade Organisation* - WTO) kom til sögunnar 1947, þó kalda stríðið milli Sovétríkjanna og Bandaríkjanna hafi vissulega sett mark sitt á þetta tímabil og skipt heiminum upp í áhrifasvæði stórveldanna tveggja. Það má svo segja að þessi bylgja hnattvæðingarinnar springi út fyrir alvöru í kjölfar endaloka kalda stríðsins og hruns Sovétríkjanna, þegar fyrrum ríki þess og leppríki koma með fullum krafti inn á hið alþjóðlega svið viðskipta og samskipta og ganga mörg hver inn í stofnanir Vesturlanda, eins og Evrópusambandið, Alþjóðaviðskiptastofnunina og NATO. Á þessum tíma var jafnvel talað um „endalok sögunnar" í þeim skilningi að frjálslynt lýðræði og kapítalismi hefði sigrað alla hugmyndafræðilega samkeppni til frambúðar og hér eftir væri þetta bara spurning um tæknilega útfærslu og framfarir.[90]

Það var auðvitað ekki svo, en hnattvæðingin hélt áfram og *fjórða bylgjan* er núna - í kjölfar innreiðar internetsins, snjallsímans og allra þeirra gríðarlegu tækni- og samskiptaframfara sem orðið hafa fyrir tilstuðlan þess. Eins má segja að innkoma Kína af fullum krafti inn í samþætt heimsviðskipti hafi haft gríðarleg áhrif. Það er ekki lengur neitt mál að eiga í samskiptum heimsálfa á milli og mörg eru í dag í þannig störfum að þau geta unnið hvar sem er, svo lengi sem þau komast í rafmagn og netsamband. Fjarlægðir verða

---

[90] Fukuyama, Francis. (1989). "The End of History?"

minni hindrun fyrir hvers kyns samskiptum og viðskiptum og þessa sér stað á opinberum vettvangi og í einkalífi. Upplýsingatæknin tengir fólk með svipaðar hugmyndir saman, burt séð frá fjarlægðum. Að sama skapi hefur orðið sprenging í fjölda frjálsra félagasamtaka (INGOs) sem starfa á alþjóðlegum vettvangi.[91] en þau voru talin vera í kringum 35.000 árið 2000,[92] og gera má ráð fyrir að þau séu ekki færri en 45.000 um þessar mundir, þó ákaflega erfitt sé að slá nákvæmri tölu á það.

Viðskipti eru engu að síður aðaldrifkraftur hnattvæðingarinnar og á hverju ári flæða milljarðar á milljarða ofan um alþjóðlega markaði. Fjölþjóðleg fyrirtæki eru ábyrg fyrir um þriðjungi heimsframleiðslunnar og tveimur þriðju hluta heimsviðskiptanna.[93]

Hnattvæðingarferlið er engu að síður ákaflega ósamfellt og ójafnt milli landa og svæða og það hefur vissulega haft aukinn ójöfnuð í för með sér.

---

[91] Turner, E. A. L. (2010). "Why Has the Number of International Non-Governmental Organizations Exploded since 1960?"

[92] Lewis, D. (2012). *Nongovernmental Organizations, Definition and History.*

[93] Vox.eu, (2019, 25. september). "Multinational enterprises in the global economy: Heavily discussed, hardly measured".

Við sjáum líka að mörg mismunandi svið mannlegrar virkni eru hnattvædd á sama tíma. Við höfum talað um hnattvæðingu viðskipta og fjármagnsflæði yfir landamæri. Einnig vöxt hinna alþjóðlegu frjálsu félagasamtaka. Við sjáum líka hnattvæðinguna birtast í stofnanavæðingunni í gegnum nýja innviði stjórnunar og samskipta, þar á meðal Alþjóða-viðskiptastofnunina (WTO) og fjölþjóðleg fyrirtæki, en innri viðskipti fyrirtækja á milli landa og heimsálfa er drjúgur hluti alþjóðlegra viðskipta.

Það má líka merkja áhrif hnattvæðingarinnar á alþjóðastjórnmál, þar sem við sjáum gömul gildi Vestfalíukerfisins (fullveldi, sjálfræði og landsvæði) vera skoruð á hólm með því að þjóðríkin tengjast í flókinn vef fjölþjóða-samninga og yfirþjóðlegrar ákvörðunartöku, sem takmarkar athafnafrelsi þeirra á æ umfangsmeiri hátt.

Alþjóðleg málefni og alþjóðleg stjórnsýsla

Alþjóðlegt stjórnkerfi er til og verður æ mikilvægara. Í þessu nýja „póst-vestfalíska" kerfi hafa þjóðlausir gerendur á borð við frjáls félagasamtök (NGOs), fjölþjóðleg netverk, hagsmunasamtök, baráttusamtök og borgaraleg samtök gert sig æ meira gildandi yfir landamæri og aukið áhrif sín. Því má segja að til hliðar við hið alþjóðlega stjórnkerfi sé fjölþjóðlegt borgaralegt samfélag að taka á sig mynd. Hinsvegar er skortur á formlegri ábyrgð og mismunandi efnahagslegar bjargir eru ákveðinn áhættuþáttur í slíku umhverfi, eins og við munum sjá síðar í þessari umfjöllun.

Alþjóðleg málefni, sem eru oft á tíðum bæði viðfangsefni þessara alþjóðlegu gerenda og þjóðríkjanna sjálfra má skilgreina sem málefni sem hafa umtalsverð áhrif á fjölda fólks. Þau eru *þverþjóðleg*, það er, þau eru til staðar þvert á landamæri og jafnvel hnattrænt. Þau eru *viðvarandi* og *langvarandi* og yfirleitt *samtvinnuð*, þannig að eitt viðfangsefni hefur áhrif á annað (sjá skýringarmynd 1.1). Þannig getur fólksfjölgun leitt til skorts á auðlindum eins og drykkjarvatni eða vatns til ræktunar, sem getur þegar verið undir pressu vegna loftslagsbreytinga og þurrka af þeim sökum, haft áhrif á fólksflutninga, sem hefur áhrif á auðlindir annars staðar og efnahag og umhverfi þar, sem getur leitt til fátæktar, átaka og mismununar.

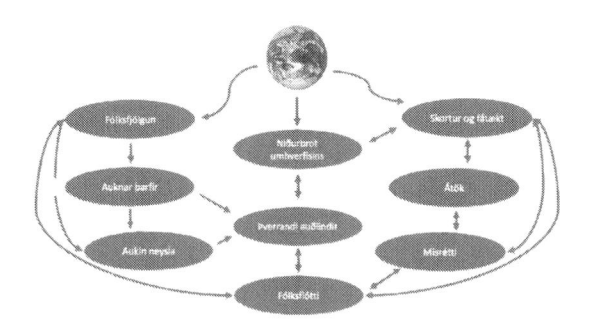

Skýringarmynd 5.1: Samþætting nokkurra hnattrænna áskorana.

Við getum talið hér upp nokkrar af þeim helstu hnattrænu áskorunum sem mannkynið glímir við í dag. Þetta eru hungur, menntunarskortur, fólksfjölgun, fátækt, kynjamisrétti, hamfarahlýnunin, farsóttir á borð við Covid 19, afleiðingar þeirra og mögulegar framtíðarfarsóttir, stríð, mansal og glæpir, tæknitengdar ógnir, ójöfnuður, upplýsingaóreiða, fólksflótti og rasismi eða kynþáttahyggja. Þetta er auðvitað enginn tæmandi listi, en mörg þessara viðfangsefna eru innbyrðis tengd.

Sameinuðu þjóðirnar hafa sett sér markmið sem tengjast flestum þessara viðfangsefna, hin svokölluðu Heimsmarkmið (e. *Sustainable Development Goals* eða SDGs). Þau eru 17 (sjá skýringarmynd 5.2) með 169 undirmarkmið og taka bæði til innanlandsmála sem og alþjóðasamstarfs á gildistímanum, sem er til

2030, en þau gengu í gildi árið 2015.[94] Þó þau séu sett á vettvangi Sameinuðu þjóðanna, er það aðildarríkjanna sjálfra að innleiða þau og fylgja þeim eftir.

Skýringarmynd 1.2: Heimsmarkmið Sameinuðu þjóðanna.

Fólksfjölgun sem áskorun

Fólksfjölgun sem slík er ekki eitt viðfangsefna heimsmarkmiða Sameinuðu þjóðanna, en hún er engu að síður talin vera rót margra alþjóðlegra áskorana. Fólksfjöldi á jörðinni tvöfaldaðist milli 1960 og 1999, fór úr þremur í sex milljarða. Mannkynið náði 7 milljarða markinu árið 2011, 8 milljarða markinu árið 2022 og það eru um 80 til 85 milljónir sem bætast við á hverju ári. Það er

---

[94] Heimsmarkmiðin um sjálfbæra þróun. (e.d.). *Heimsmarkmið | Heimsmarkmiðin.*

eins og eitt Þýskaland, sem er reyndar fjölmennasta ríki Evrópusambandsins. Spár Sameinuðu þjóðanna gera ráð fyrir að mannkynið verði 9,7 milljarðar árið 2050.[95]

Hvers vegna er fólksfjölgun áskorun? Jú, það er vegna þess að 97% vaxtarins er í þróunarlöndum og hraðasti vöxturinn er í fátækustu ríkjunum, sem eiga jafnframt erfiðast með að taka á móti öllum þessum fjölda, veita honum menntun, innviði, heilbrigðisþjónustu og lífskjör við hæfi. Fólksfjölgun er eitt þeirra viðfangsefna sem um eru mismunandi sjónarmið, en sumir telja að fólksfjölgun sem slík sé ekki „raunverulegt vandamál." Vandamálið sé fyrst og fremst vanþróun, fátækt, ofnýting auðlinda og eyðilegging umhverfis, misjöfn dreifing fólksfjöldans eins og áður segir og síðast en ekki síst undirskipun kvenna og stúlkna. Fólksfjölgunin sjálf sé hinsvegar „falskt vandamál" og fólksfjölgun sé í raun og veru æskileg. Hver manneskja er einstök, verðmæt og mikilvæg viðbót við sitt félagslega samhengi ef hún fær aðstæður til að þroskast og dafna og rækta hæfileika sína. Að sama skapi má geta þess að verulega hefur hægt á fólksfjölguninni undanfarið og líkur eru á því að manneskjum muni frekar fara fækkandi en hitt.

---

[95] United Nations. (e.d.). *Our growing population.*

Aðrir segja að fólksfjölgun sé hinsvegar raunverulegt vandamál. Það er nokkuð breiður skali á þeim skoðunum, allt frá öfgaskoðunum um að við séum að upplifa „mannfjöldasprengingu" og að öll vandamál heimsins megi rekja til fólksfjölgunar yfir í kenningarleg rök, t.a.m. í hagfræði, og tengjast því sem kallað er á ensku *„population-poverty cycle"* eða fátæktarhringrás fólksfjölgunar. Svo eru það reynslurökin um neikvæðar afleiðingar, sem sýna fram á samband hraðrar fólksfjölgunar og minni hagvaxtar, þar sem minna er til skiptanna fyrir hvern og einn og að hún stuðli þar með að fátækt og ójöfnuði. Hún hafi vond áhrif á menntun og heilsu (sérstaklega kvenna og barna), það verði skortur á fæðu, áhrifin á umhverfið séu slæm og oft blossi upp átök vegna fólksflutninga. Þetta eru allt áhrif sem rannsóknir hafa sýnt fram á í tengslum við fólksfjölgun.

Það eru þó nokkrir hlutir sem hægt er að ná samkomulagi um, þegar kemur að fólksfjölgun, en hún sem slík er ekki frumorsök heldur einn þáttur þeirra áskorana sem við er að glíma í heiminum í dag. Fólksfjölgun er afleiðing en ekki orsök vanþróunar og það er ekki fjöldinn sem skiptir máli, heldur þau lífsgæði sem hægt er að bjóða fólki upp á.

Ísland í hringiðu hnattvæðingarinnar

Sem smátt, opið hagkerfi, er Ísland sérstaklega viðkvæmt fyrir áhrifum hnattvæðingarinnar. Um 35% af íslensku hagkerfi er út- og innflutningur og hingað þarf að flytja flestar þær vörur sem við neytum og notum. Í staðinn seljum við að megninu til sjávarafurðir, iðnvarning og þjónustu í tengslum við ferðamennsku. Þegar efnahagsleg áföll verða á alþjóðlegum vettvangi eru þau fljót að birtast í íslenska hagkerfinu, þó sjaldan hafi það gerst með eins áþreifanlegum hætti og í fjármálahruninu 2008. Covid 19 var líka alþjóðlegt áfall sem lék landið grátt og efnahagssamdrátturinn í kjölfar þess, var sambærilegur við það sem gerðist árið 2009, eða um 6,5%. Það var þó að mestu leyti á sviði ferðaþjónustu sem þau áhrif komu fram og þau voru fljót að snúast við þegar farsóttinni lauk.

Ísland er að mörgu leyti áhugavert dæmi í alþjóðahagfræði, kannski ekki síst í ljósi þess að landið heldur úti sjálfstæðum gjaldmiðli, íslensku krónunni, einum þeim minnsta í heimi. Sem slíkur er hann mjög sveiflukenndur og ýkir gjarnan þær efnahagssveiflur sem landið verður fyrir. Hann hefur að auki misst 99,95% verðgildi síns síðan hann var settur á laggirnar árið 1922, en á þeim tíma var íslenska krónan jafngild þeirri dönsku. Ef litið er til myntbreytingarinnar sem varð á Íslandi árið 1981 þar sem tvö núll voru tekin aftan af krónunni, kostar ein dönsk króna árið 2024, tæpar 2000 íslenskar. [96]

Hnattrænn ójöfnuður og fátækt

Fátækt er vandamál sem viðkemur öllum samfélögum um heim allan, hvort sem um er að ræða þau sem eru minna efnuð eða þau sem njóta meiri velmegunar. Fræðimenn og þau sem aðhyllast virkar aðgerðir hafa í áratugi íhugað möguleikann á að útrýma fátækt algerlega.[97] Umfjöllun um fátækt hefur aukist á síðustu tveimur áratugum, að hluta til vegna aukinna og opnari mælinga sem hvatt hafa stjórnmálamenn í löndum á borð við Bretland og innan Evrópusambandsins til að taka upp baráttuna gegn fátækt. Þessi aukna áhersla hefur einnig leitt til viðurkenningar á tilvist fátæktar innan samfélaga sem almennt eru talin velmegandi, sérstaklega í upphafi 21. aldarinnar.

---

[96] Sjá gengisskráningu Seðlabanka Íslands, sedlabanki.is

[97] Sjá t.d. Ridge & Wright. (2008). *Understanding Inequality, Poverty and Wealth: Policies and Prospects* og Vleminckx & Smeeding. (2022). *Income inequalities and poverty among children and households with children in selected OECD countries.*

Nítjándu aldar heimspekingurinn Ralph Waldo Emerson skilgreindi fátækt með þeim hætti að hún væri „upplifun skorts." Fátækt, eins og önnur félagsleg fyrirbæri, er huglæg og breytileg eftir samfélagslegum aðstæðum. Félagsvísindamenn hafa í yfir hundrað ár leitast við að nálgast fátækt út frá hlutlægara sjónarhorni, með þróun flókinna tölfræðilegra mælikvarða á fátækt, en sumar rannsóknir benda til að tilteknar félagslegar aðgerðir geti dregið úr tíðni, alvarleika og varanleika fátæktar.[98]

Að uppræta fátækt í öllum sínum birtingarmyndum um allan heim er áherslumarkmið númer eitt í sjálfbærniþróunarmarkmiðum Sameinuðu þjóðanna. Engu að síður búa yfir 700 milljónir - eða um 10% af íbúum jarðar - við slíka fátækt að þau eiga í erfiðleikum með að fullnægja grundvallarþörfum sínum fyrir hreint vatn, viðunandi hreinlætisaðstæður, heilsugæslu og menntun.[99] Markmiðið er að stuðla að þróun hagkerfisins án þess að fólk lifi í ótta

---

[98] Bradbury, Jenkins og Mickelwright. (2009). *The dynamics of child poverty in seven industrialised nations*, Danziger og Waldfogel. (2000). "Investing in Children: What Do We Know? What Should We Do?" og Gabel og Kamerman. (2014). "Social Work and Child Well-Being".

[99] Sameinuðu þjóðirnar. (2019, 8. september). *Sustainable Development Goals*.

við hungurdauða eða önnur vandamál tengd fátækt og án þess að valda umhverfislegum skaða eða auka á loftslagsvá. Efnahagsleg velmegun ætti ekki að vera sjálfstætt markmið, heldur tæki til að byggja upp samfélag sem virkar í þágu allra íbúa. Fyrir þetta þurfum við nægt fjármagn til að tryggja góða menntun, heilbrigðisþjónustu, innviði og samfélagslegt öryggisnet.

Munurinn á efnahagslegri velmegun er líklega eitt sýnilegasta einkenni mannlegs samfélags á alþjóðavettvangi. Annars vegar eru Vesturlönd og sambærileg ríki eins og Japan, Suður-Kóreu, Singapúr o.s.frv., þar sem landsframleiðsla á mann hefur náð þeim hæðum að þessum löndum er gert kleift að halda úti rausnarlegu velferðarkerfi, alhliða heilbrigðisþjónustu og menntun, óaðfinnanlegum innviðum og persónulegu og þjóðhagslegu öryggi sem á sér engan samjöfnuð í mannkynssögunni. Líf meðalborgarans í þessum ríkjum er í öllu efnislegu tilliti betra en líf kóngafólks fyrir örfáum öldum, eins og svo vel er lýst í bók Yuval Noah Harari, *Sapiens*, þar sem hann telur upp hversu mörg af 16 börnum Játvarðs I Englandskonungs (1237–1307) og eiginkonu hans, Eleonóru drottningar (1241–90), lifðu barnæskuna af. Níu gerðu það ekki og aðeins einn sonur, síðar Edward II konungur, lifði fram á fullorðinsár.[100]

Þá er það „milljarðurinn á botninum", fólkið sem býr við lífsskilyrði sem minna á þær hörmungar sem Harari fjallar um í sögunni um Játvarð, þó án þess að eiga nein auðæfi eða tilkall til konungstignar. Þetta eru einstaklingar sem búa við mjög takmörkuð fjárráð, sumir minna en einn dollara á dag, nota dýraúrgang til eldunar og eiga í basli með að tryggja sér nægan mat og vatn til að lifa af, hvað þá að þrífast. Íbúar í fátækrahverfum nýrra stórborga í þróunarlöndum sem lifa í stöðugum ótta við ofbeldisglæpi, lögregluofbeldi og aðrar þær hættur sem steðja að lífi þeirra. Að auki eru milljarðar manna sem búa við stjórnmálalegan óstöðugleika eða í harðstjórnarríkjum sem horfa til vestrænnar velmegunar með löngun og von um breytingar, þó vegurinn þangað sé oft langur og torveldur.

Hagfræðingurinn Max Roser hefur bent á að í hagssögu mannkyns sé aðeins einn atburður sem skipti öllu máli; upphaf hagvaxtar. Hann lýsir þessari breytingu sem „umbreytingunni sem breytti öllu".[101] Hann segir að hagsaga

---

[100] Harari, Yuvel Noah. (2014). *Sapiens, A Brief History of Humankind.*

[101] Roser, Max, et al. (e.d.) "Economic Growth"

mannkyns skiptist aðeins í tvo hluta. Fyrri hlutinn sé mjög langur, þar sem meðalmaðurinn var mjög fátækur og þar sem var í raun enginn hagvöxtur. „Seinni hlutinn er miklu styttri," segir Roser, „hann nær aðeins yfir nokkrar síðustu kynslóðir og er gjörólíkur fyrri hlutanum, þetta er tími þar sem tekjur meðalmanneskjunnar jukust gríðarlega. – úr að meðaltali 1.051 sterlingspunda tekjum á mann á ári og í yfir 30.000 pund, sem er 29-földun á efnahagslegri velmegun."[102]

En við sjáum samt samfélög í heiminum þar sem meðalmanneskjan hefur meira og minna aðeins 1.051 sterlingspund í tekjur á ári.[103] Sumir mun minna. Frá síðari heimsstyrjöldinni hafa stofnanir eins og Alþjóðabankinn, ásamt annarri Bretton Woods stofnun Alþjóðagjaldeyrissjóðnum (AGS), Efnahags- og framfarastofnunin (OECD) og alþjóðlegar þróunarstofnanir ýmissra, aðallega vestrænna ríkja, einbeitt sér að svokallaðri þróunarsamvinnu. Er það að

---

[102] Roser, Max, et al. (e.d.) "Economic Growth"

[103] 1.051 sterlingspund jafngildir 188.789 krónum, 15. maí 2024.

hjálpa? Satt best að segja höfum við ekki hugmynd um það.[104]

En hvað annað er gert til að efla hagvöxt? Lang árangursríkasta leiðin til að efla hagvöxt eru frjáls viðskipti, eða hnattvæðingin eins og við þekkjum hana. Hins vegar er efnahagsþróun tvíeggjað sverð. Hún hefur að sönnu getuna til að umbreyta samfélögum og breyta lífi almennings til hins betra, eins og sést til dæmis í Suður-Kóreu, Kína, á Íslandi og öðrum stöðum sem uxu hratt á 20. öldinni. Samt sem áður hefur það hvernig hún hefur verið ástunduð haft hrikaleg áhrif á jörðina, að minnsta kosti ef hún á að vera tiltölulega þægileg fyrir líf og búsetu mannkyns í framtíðinni.

Nú er orðið ljóst að vísindasamfélagið er sammála um að það hlýnandi hitastig sem við höfum búið við undanfarna áratugi sé af mannavöldum.[105] Í skýrslu á vef bandarísku stofnunarinnar *The National Climate Assessment* (NCA), sem „metur vísindin um loftslagsbreytingar og breytileika og áhrif þeirra um Bandaríkin, nú og alla þessa öld," segir að

---

[104] Bregman, Rutger. (2017). *Utopia for Realists: And How We Can Get There.*

[105] NASA. (e.d.1). *Scientific Consensus.*

> athuganir sýni ótvírætt að loftslagið sé að breytast og að hlýnun síðustu 50 ára sé fyrst og fremst vegna losunar af mannavöldum á varmagildrandi lofttegundum. Þessi losun kemur aðallega frá brennslu kola, olíu og gass, með viðbótarframlagi frá skógarhöggi og landbúnaði. Gert er ráð fyrir að loftslag á heimsvísu haldi áfram að breytast á þessari öld, en enn er tími til að bregðast við til að takmarka magn breytinga og umfang skaðlegra áhrifa.[106]

Það er því eins ljóst og nokkuð getur verið að við getum ekki haldið áfram eins og ekkert hafi í skorist. Þess vegna þurfum við nýja nálgun á efnahagsþróun, sem tekur með í reikninginn að auðlindir jarðar eru takmarkaðar og að þær muni ekki viðhalda 20. aldar vestrænum lífsstíl fyrir allt mannkyn án gríðarlegra hamfara. Hamfara sem gætu, ef illa fer, leitt til átaka. Við skulum snúa okkur næst að áskorun sem hefur fylgt mannkyninu alla tíð: Stríði.

---

[106] Third National Climate Assessment. (e.d.) *Overview*. Þýðing höfundar.

Stríð og öryggi Íslands

Stríð hefur lengi verið miðlægur þáttur mannkynssögunnar. Við höfum kannski sum heyrt talað um þessi stóru stríð sem hafa mótað núverandi heimsmynd. Þrjátíu ára stríðið á sautjándu öld. Napóleonsstríðin á þeirri nítjándu. Borgarastríðið í Bandaríkjunum um miðbik nítjándu aldar og svo auðvitað fyrri og síðari heimsstyrjaldirnar á tuttugustu öldinni. Öll þessi stríð hafa breytt gangi sögunnar, sem og fjöldamörg önnur auðvitað. Við höfum líka áður talað um kalda stríðið hér í þessari bók, en það stóð í ein 45 ár, nánast frá lokum síðari heimsstyrjaldarinnar og þar til Sovétríkin hrundu árið 1990. Það stríð var háð á óvenjulegan hátt. Helstu keppinautarnir í því stríði, Sovétmenn og Bandaríkjamenn, skiptust aldrei á skotum. Í stað þess voru háð svokölluð *staðgöngustríð*, (e. *proxy wars*) gjarnan á því svæði heimsins sem þá var kallað „þriðji heimurinn". Þetta voru stríð eins og Kóreustríðið, Víetnamstríðið, stríðið í kjölfar innrásar Sovétmanna í Afganistan, auk allra hinna smærri stríða sem voru háð í Suður Ameríku og Afríku.

Eftir lok kalda stríðsins minnkaði mannfall í stríðum verulega, þó vopnuð átök hafi ekki horfið. Stríðið sem braust út í fyrrum Júgóslavíu í byrjun tíunda áratugarins var kannski það sem vakti hvað mestan óhug í

Evrópu, enda fyrstu vopnuðu átökin í álfunni frá lokum síðari heimsstyrjaldarinnar.

Árásin á New York og Washington 11. september 2001 varð líka upphafið að langvinnu stríði Bandaríkjamanna og bandamanna þeirra, sérstaklega í Írak og Afganistan, en Bandaríkjamenn réðust inn í Afganistan 2001, til að ráða niðurlögum Al Qaeda, sem bar ábyrgð á áðurnefndri árás og inn í Írak 2003, með öllu óljósari markmið. Saman var þetta kallað „stríðið gegn hryðjuverkum", sem var sennilega í fyrsta skipti þar sem stríð er háð gegn hugtaki, ef undan er skilið „stríðið gegn eiturlyfjum" sem var aðeins annars eðlis.

Síðan þá hefur nokkuð sigið á ógæfuhliðina á þessu sviði. Stríðið í Sýrlandi hefur nú staðið í rúman áratug og í febrúar 2022 braust út stríð í Úkraínu, sem enn stendur, en þá réðust Rússar með fullum þunga á landið, eftir að hafa innlimað hluta þess þegar árið 2014. Í október 2023 braust út stríð á Gaza í Palestínu, þegar Ísraelsmenn réðust á svæðið eftir hryllilega hryðjuverkaárás Hamas samtakanna, sem ráða ríkjum á Gaza, á Ísrael þann 7. október það ár. Þetta er ekki fyrsta stríðið á Gaza, en Ísraelsmenn hafa með reglubundnum hætti ráðist á svæðið eftir að þeir drógu herlið sitt frá svæðinu árið 2005, þó þessi árás sé klárlega sú lang- umfangsmesta.

En hvað er stríð? Ég hef nefnt hér fyrir ofan stríð sem að eru í raun ekki stríð í hefðbundnum skilningi þess orðs, eins og stríðið gegn hryðjuverkum og jafnvel kalda stríðið. Við þetta má bæta þorskastríðunum, sem við Íslendingar háðum við Breta frá sjötta áratugnum og fram á þann áttunda með hléum, en í þeim stríðum var mannfall ekkert og mjög takmarkað eignatjón.

Fræg er skilgreining prússneska hershöfðingjans Carls von Clausewitz (1780-1831) á stríði, en hann segir í miklu riti sínu um stríð að það sé „beiting ofbeldis til að láta andstæðinga okkar fara að vilja okkar". Hann segir að það sé aðeins ein aðferð í stríði: bardaginn og að það sé *úthelling blóðs* sem gerir stríð „að sérstakri athöfn, öðruvísi og frábrugðinni öllu öðru sem maðurinn stundar".[107]

Enski fræðimaðurinn Hedley Bull (1932-1985) sagði að stríð væri skipulegt ofbeldi pólitískra stjórnsýslueininga gegn hver annarri.[108] Þar er mikilvægt að taka fram að ekki einungis ríki geta verið pólitískar stjórnsýslueiningar, en það geta líka verið

---

[107] Smith, Hugh. (2021). "Clausewitz's Definition of War and its Limits"

[108] Taggart, Martin. (2008). "What is Distinctive About English-school Attitudes to War?"

samtök á borð við Al Qaeda eða Hamas, sem áður eru nefnd.

Enn ein áhrifamikil nálgun var þróuð af David Singer og Melvin Small innan ramma „*Correlates of War* (COW)" verkefnisins við Michigan háskólann í Bandaríkjunum á níunda áratugnum. Í því var safnað saman tölfræðilegum gögnum um stríð sem höfðu verið háð á heimsvísu síðan 1816. Samkvæmt þessari nálgun er stríð hvers kyns vopnuð átök með að minnsta kosti 1.000 föllnum hermönnum á ári. Til að útiloka þjóðarmorð og stöku fjöldamorð frá þessari skilgreiningu verða báðir deiluaðilar að hafa skipulagt sig í því að beita vopnavaldi, annars þarf sá flokkur sem er með fæsta hermenn að hafa valdið mannfalli meðal andstæðingsins sem jafngildir að minnsta kosti 5% af eigin mannfalli.[109]

Vopnuð átök undanfarinna ára hafa verið undir áhrifum hnattvæðingar, bæði með virkri þátttöku alþjóðlegra aðila í staðbundnum átökum, sem og með auknum sýnileika átakanna og þar af leiðandi aukins þrýstings á deiluaðila og þá sem veita þeim stuðning. Dæmi um það eru átökin á Gaza 2023-4, þar sem mikil átök eiga sér stað á

---

[109] Bundeszentrale für politische Bildung. (e.d.)."Definitions of war and conflict typologies".

samfélagsmiðlum um samúð umheimsins, sem skilar sér beint í áhrifum á það sem á sér stað á jörðu niðri.

Vopnuð átök krefjast mjög skipulagðra samfélaga og segja má að uppfinning byssupúðursins hafi á sínum tíma leitt af sér þróun stjórnsýslu ríkisvaldsins í þá átt að ríkið fór að skrá niður þegna sína. Þetta átti sér stað með þeim hætti að þegar byssupúðrið kom til sögunnar, þá gat nánast hver sem er, burt séð frá líkamlegu atgervi, gert sig gildandi á vígvelli, öfugt því sem áður var þegar menn börðust með sverðum og spjótum og þurftu að vera afar vel á sig komnir til að eiga möguleika í slíkum aðstæðum. Einnig þurftu menn að vera vel brynjaðir og helst á hestum og það var ekki á færi nema auðugustu manna. Þessvegna var það fyrst og fremst aðallinn sem tók þátt í orrustum. En þegar hægt var að rétta næsta manni riffil og láta hann skjóta á óvininn, var hægt að fara að nota almúgann í stríðsrekstri, og þar af leiðandi var gott að vita hvaða fólki væri á að skipa til að senda á vígvöllinn.

Stríð er í eðli sínu pólitísk aðgerð og er kraftmikið breytingarafl í sögunni, eins og áður hefur verið nefnt. Það hefur býsna stöðugt eðli, manntjón og eignatjón af mannavöldum, en mismunandi birtingarmyndir og í því sambandi endurspeglar það tíðarandann og umhverfið.

Að jafnaði er talað um *fjórar tegundir vopnaðra átaka*. Í fyrsta lagi er það *stríð á milli ríkja* (e. *interstate wars*). Þar erum við með það sem við kannski hugsum fyrst um þegar stríð ber á góma. Orrustur einkennisklæddra herja tveggja ríkja að takast á á vígvelli. Dæmi um slíkt stríð er stríðið í Úkraínu, þar sem úkraínski herinn tekst á við þann rússneska, í einkennisbúningum og með hefðbundnum vopnum, byssum, skriðdrekum, stórskotaliði og flugvélum og flygildum. Fyrri og síðari heimsstyrjaldirnar voru líka að stórum hluta þannig stríð.

Í öðru lagi eru *stríð innan ríkja* (e. *intrastate wars*), eða það sem í daglegu tali er kallað borgarastyrjöld (e. *civil war*). Þar er oftast um að ræða átök milli ríkisstjórna og andstöðuhóps eða „aðskilnaðarsinna".

Í þriðja lagi eru það *stríð innan ríkja í alþjóðlegu samhengi* (e. *internationalised intrastate wars*), en það eru borgarastríð með þátttöku utanaðkomandi aðila, eða sem flæða yfir landamæri. Dæmi um slíkt væri stríðið í Sýrlandi frá árinu 2011, en þar hafa þátttakendur í átökunum, ásamt ríkisstjórn Sýrlands og andspyrnuhópum, verið Bandaríkjamenn, Rússar, Tyrkir, Ísraelsmenn og fleiri, að ógleymdu samtökunum sem kenna sig við íslamskt ríki, en þau gerðu sig gildandi um miðbik annars áratugarins. Það stríð hefur líka flætt yfir landamæri, t.d. yfir til Íraks.

Í fjórða og síðasta lagi eru það sem við getum kallað *stríð milli ríkisvalds og vopnaðra hópa* (e. *extrastate wars*). Við gætum líka kallað það frelsisstríð, en þess konar stríð eru á milli ríkisvalds og stjórnmálaeiningar sem er ekki viðurkennd sem ríkisvald. Þetta hljómar mjög svipað og borgarastríð, en er ekki það sama, þar sem ríkisvaldið sem í hlut á er ekki beinlínis ríkisvald í ríkinu þar sem stríðið geysar, heldur nýlenduveldi, en þessi stríð voru algeng þegar nýlendustefnan var að líða undir lok á síðari helmingi 20. aldarinnar. Dæmi um slíkt eru stríðið í Alsír, sem Frakkar háðu gegn heimamönnum 1954-1962, stríð Breta í Kenýa 1952-1960 og stríð Hollendinga í Indónesíu 1945-1949. Frelsisstríðið í Bandaríkjunum við Breta á átjándu öld var líka svoleiðis stríð. Slík stríð liðu að mestu leyti undir lok á áttunda áratugnum þegar nýlendustefna Evrópubúa hafði endanlega verið kveðin í kútinn og sjálfstæð ríki höfðu verið stofnuð í fyrrum nýlendum, hvert á fætur öðru.

Heildarfjöldi dauðsfalla í stríðum hefur farið lækkandi síðan 1946. Snemma á eftirstríðsárunum, dó um hálf milljón manna vegna vopnaðra átaka á ári. Undanfarin ár hefur árleg dánartala verið innan við 100.000, en síðan 2022 hefur sigið á ógæfuhliðina, bæði vegna stríðsins í Úkraínu og alvarlegra átaka í Afríku og það ár fór dánartalan yfir 200.000. [110] Svo hefur stríðið á Gaza bæst við, en þegar þetta er skrifað hafa á fjórða tug þúsunda fallið í valinn þar á rúmu hálfu ári.

Vopnuð átök hafa ýmsar neikvæðar afleiðingar. Við höfum nefnt hinn mannlega kostnað, sem eru dauðsföll í hernaðarátökum og hernaðartengdum aðgerðum, sem og fjöldi slasaðra, sem er gjarnan mun meiri en fjöldi þeirra sem beinlínis láta lífið. Þar erum við oft að tala um afleiðingar sem hafa áhrif á einstaklingana sem fyrir þeim verða það sem eftir er ævinnar, missir útlima eða annað slíkt, að ekki sé rætt um hin sálrænu áföll sem fólk verður fyrir í stríði, bæði hermenn og óbreyttir borgarar.

En það eru líka óbein heilsutengd áföll og dauðsföll tengd vopnuðum átökum. Fólk lætur oft lífið eða sýkist vegna þess að átök hafa áhrif á umhverfið, mengun eykst, jafnvel eitrun, skortur verður á drykkjarvatni og mat og aðgangi að heilbrigðisþjónustu. Í stuttu máli þá leiða vopnuð átök alltaf til minnkaðra lífsgæða fyrir þau sem þurfa að þola afleiðingar þeirra.

Vopnuð átök hafa líka í för með sér verulegan efnahagslegan kostnað, en þeim fylgir gjarnan

---

[110] Herre, Bastian, et al., (e.d.). *War and Peace, Our World in Data.*

algjör viðsnúningur í efnahagsþróun þeirra ríkja sem í hlut eiga. Þar vegur auðvitað þungt aukin eyðsla í hernaðaruppbyggingu og -getu en líka eyðilegging innviða og fjármagnsflótti sem gjarnan á sér stað líka, því fjárfestar óttast afleiðingar átaka og færa peningana sína annað. Síðan er það tapaður félagsauður, sem tengist því að fólk flýr átakasvæðin. Úkraína missti um 7 milljónir íbúa úr landi á fyrstu vikum átakanna við Rússa og það munar um minna þegar kemur að því að halda efnahagslífinu gangandi í ekki fjölmennara ríki, en fyrir átökin bjuggu um 45 milljónir í landinu.

Vopnuðum átökum fylgir líka öryggistengdur kostnaður, en brothætt ríki verða oft skjól fyrir hryðjuverkahópa, sem getur leitt af sér framleiðslu og útflutning ólöglegra eiturlyfja til að afla fjár fyrir hryðjuverkastarfsemina, eins og átti sér stað í Afganistan, þar sem mikið af ópíumframleiðslu heimsins fór fram áður en Talibanar hófu að útrýma þeim iðnaði eftir valdatöku sína 2021.

Hið herlausa land

Ef við veltum fyrir okkur tengslum Íslands við vopnuð átök og stríð, þá heyrist oft í umræðunni að Ísland sé herlaust og jafnvel friðelskandi land og titill þessarar bókar vísar beint í þá hugmynd, eins og áður hefur verið tíundað. En er það svo? Þar sem það er rétt að Ísland hefur ekki verið beinn þátttakandi í vopnuðum átökum frá lýðveldisstofnun, þ.e.a.s. að því marki að beinlínis úthella blóði „andstæðinga" sinna, þá verður að skoða annarskonar þátttöku, t.d. með stuðningi landsins við hernaðaraðgerðir bandamanna sinna á alþjóðlegum vettvangi, svo og þátttöku í hernaðartengdum aðgerðum, t.d. í gegnum íslensku friðargæsluna.

Arnór Sigurjónsson, sem starfaði við varnarmál á ýmsum vettvangi í marga áratugi, síðast sem skrifstofustjóri varnarmálaskrifstofu utanríkisráðuneytisins til 2020, bendir á í nýlegri bók sinni, „Íslenskur her", að saga Íslands sé saga átaka og að erlend ásælni og yfirráð sé regla fremur en undantekning í samskiptum okkar við umheiminn.[111]

Ísland er aðili að öflugasta hernaðarbandalagi jarðarinnar, Atlantshafsbandalaginu, eða NATO. Ísland er þátttakandi í því án þess að vera með eiginlegan her og veitir bandalaginu annarskonar stuðning. Áður hefur verið talað um að Ísland fylgir að jafnaði bandalagsþjóðum sínum að málum þegar kemur að afstöðu til alþjóðlegra deilna og skemmst er að minnast hinnar hörðu afstöðu landsins í Úkraínustríðinu. Ísland hefur líka stundum gengið lengra en mörg önnur NATO ríki, t.d.

---

[111] Arnór Sigurjónsson. (2023). *Íslenskur her*, bls. 10.

þegar landið var á lista yfir hin „viljugu" ríki sem lýstu yfir sérstökum stuðningi við innrás Bandaríkjamanna inn í Írak 2003, í andstöðu við vilja Sameinuðu þjóðanna.

Ísland er líka skuldbundið til að veita NATO (og Bandaríkjunum samkvæmt sérstökum varnarsamningi frá árinu 1951)[112] aðstöðu til hernaðaraðgerða, og hefur Keflavíkurflugvöllur verið helsta framlagið að því leyti. Ísland er jafnframt skuldbundið gagnvart stofnsamningi NATO, t.d. gagnvart 5. grein hans, sem segir að árás á eitt NATO ríki skoðist sem árás á þau öll og beri þau öll að taka til varna með þeim hætti sem teljist nauðsynlegur. [113]

En getur Ísland gripið til vopna? Það eru tveir opinberir aðilar undir vopnum á Íslandi, lögreglan og Landhelgisgæslan. Báðir þessir aðilar geta því gripið til vopna ef öryggi Íslands, íslenskra ríkisborgara eða hagsmuna er ógnað. Ísland er því ekki vopnlaust land, þó það sé samkvæmt skilgreiningu herlaust. Ísland hefur þar að auki sent friðargæsluliða undir vopnum til Afganistan og lentu þeir meira að segja í vopnuðum átökum þar í landi

---

[112] Alþingi. (1951, 19. desember). *Varnarsamningur Milli Lýðveldisins Íslands Og Bandaríkjanna á Grundvelli NorðurAtlantshafssamningsins.*

[113] NATO. (1949, 4. apríl). *The North Atlantic Treaty.*

á fyrsta áratug aldarinnar, án þess þó að verða fyrir manntjóni, þó látið hafi verið af því og í dag beri íslenska friðargæslan ekki vopn. Að þessu sögðu er ljóst að varnargeta Íslands er ákaflega takmörkuð og spurning er hvort hún tekur tillit til þeirrar stöðu sem uppi er í heiminum í dag, þar sem fjölþáttaógnir tengdar tæknibreytingum og beitingu hryðjuverka eru kannski helsta ógnin sem steðjar að samfélögum eins og Íslandi.[114]

Ef við horfum á stöðu mála eins og hún er í dag, þá eru margir óvissuþættir uppi sem geta stuðlað að vopnuðum átökum. Í fyrsta lagi ber að nefna loftslagsbreytingar og eyðileggingu umhverfisins, mengun, aðgang að hreinu vatni og ræktarlandi. Auðlindaþurrð getur líka stuðlað að óstöðugleika, þar sem skortur á orkugjöfum og öðrum náttúrugæðum getur leitt til vopnaðra átaka. Einnig efnahagsáföll tengd hnattvæðingunni og þá sérstaklega fjármálakreppur og óstöðugleiki markaða.

Undanfarin ár hafa líka ekki verið hagfelld þegar kemur að stjórnmálaþróun. Á ógæfuhliðina hefur sigið þegar litið er til lýðræðisþróunar í heiminum og flóttamannakrísan, sem hófst með stríðinu í

---

[114] Sigholm et al. (2024). "The Case for an Icelandic Cyber Exploitation and Defense (ICED) Force for NATO Coalition Operations".

Sýrlandi, hefur leitt til aukinna áhrifa róttækrar hugmyndafræði og framgangs lýðhyggjuflokka í Evrópu og lýðhyggjustjórnmálamanna í Bandaríkjunum á borð við Donald Trump. Alræðisríkjum hefur að sama skapi fjölgað og ríki, sem von var til að yrðu lýðræðisríki í lok síðustu aldar, hafa snúið af þeirri braut og færst í alræðisátt og er skemmst að minnast Rússlands í því sambandi.

Aðrir óvissuþættir tengjast hernaðarþróun. Í dag eru níu viðurkennd kjarnorkuveldi í heiminum: Bandaríkin, Rússland, Kína, Frakkland, Bretland, Indland, Pakistan, Ísrael og Norður-Kórea. Að auki hefur Íran lengi unnið að því að koma sér upp kjarnorkuvopnum í andstöðu við vilja alþjóðasamfélagsins. Því fleiri ríki sem ráða yfir þessum ógnvænlegu vopnum, því meiri líkur eru til þess að þeim verði beitt, með skelfilegum afleiðingum. Að sama skapi er hættan, bæði með þau og önnur hættuleg vopn eins og erfðabreytt lífræn vopn, að hryðjuverkahópar komist yfir þau og beiti þeim í árásum sínum á almenna borgara.

Að síðustu ber að nefna hernaðarþróun tengda upplýsingatækni og hernaðarlega beitingu upplýsingatækni til að valda skaða á mikilvægum innviðum á svipaðan hátt og Rússar gerðu í aðdraganda stríðsins í Úkraínu. Einnig eru þeir taldir hafa beitt upplýsingatækninni til að skapa óreiðu í tengslum við lýðræðislegar kosningar, bæði í Evrópu og Bandaríkjunum.

Deilur um varnir Íslands

Þjóðernishyggjan kom sigri hrósandi út úr síðari heimsstyrjöldinni á Íslandi í kjölfar farsællrar sjálfstæðisbaráttu og tilraunir til að koma Íslandi inn í vestræna öryggissamvinnu fengu mikla mótspyrnu þjóðernissinnaðra afla af ótta við að ávinningur sjálfstæðisins gæti glatast.[115]

Í stríðinu hafði Ísland aflað sér stuðnings Bandaríkjanna við sjálfstæðishugmyndir sínar og Franklin D. Roosevelt forseti lýsti því yfir í ræðu sem haldin var í tilefni heimsóknar Sveins Björnssonar, fyrsta forseta Íslands, í Hvíta húsið, 24. ágúst 1944, að Bandaríkin myndu þegar heimurinn sneri aftur til friðar vinna að fullkomnu sjálfstæði Íslands. Þess Íslands sem í rauninni hafi alltaf verið sjálfstæð þjóð.[116]

Bandaríkin voru á þessum tíma farin að sjá ávinninginn af því að viðhalda hernaðarlegri viðveru á þessari vel staðsettu eyju í Norður-

---

[115] Gunnar Helgi Kristinsson. (1991). "Iceland", bls. 160.

[116] Svanur Kristjánsson. (2001). „Forsetinn og utanríkisstefnan", bls. 4-16.

Atlantshafi.[117] Ísland var mikilvægt sem framvörður bandarískra landvarna á þessum norðlægu hafsvæðum í hinu mögulega kalda stríði við Sovétmenn.

Hluti af sjálfstæðisbaráttu Íslendinga hafði verið hlutleysið, það er að Ísland ætti að vera hlutlaust í málefnum stórvelda. Þessar hugsjónir höfðu lengst af fallið í góðan jarðveg hjá forystu Sjálfstæðisflokksins, og einnig að nokkru leyti meðal þingmanna Sósíalistaflokksins, en þessir tveir flokkar (og forverar þeirra) höfðu verið í stjórnarandstöðu fyrir stríð, þar sem Framsóknarflokkurinn og Alþýðuflokkurinn höfðu lengst af verið við stjórnvölinn.[118] Þegar bandarísk yfirvöld báðu um leyfi til að halda úti herstöð á Íslandi jók það þrýsting á íslenska stjórnmálamenn að taka öryggismál alvarlega. Afstaða kjósenda virtist vera samofin þjóðræknum tilfinningum, þar sem yfirlýsingin um „ævarandi hlutleysi" hafði verið þáttur í fullveldi Íslands frá 1918.[119] Eftir stríðið og með tilkomu kalda stríðsins,

---

[117] Svanur Kristjánsson. (2001). „Forsetinn og utanríkisstefnan", bls. 12.

[118] Svanur Kristjánsson. (2001). „Forsetinn og utanríkisstefnan", bls. 5.

[119] Þór Whitehead. (1991). „Leiðin frá hlutleysi 1945-1949", bls. 112.

og eftir að Sjálfstæðisflokkurinn hafði myndað ríkisstjórn með Alþýðuflokknum og Sósíalistaflokknum, þar sem formaður Sjálfstæðisflokksins, Ólafur Thors, gegndi embætti bæði forsætisráðherra og utanríkisráðherra, rann upp fyrir honum og forystu Sjálfstæðisflokksins að hlutleysisstefnan væri ekki á vetur setjandi.

Bandaríski herinn fór úr landi eftir stríðið og ríkisstjórnin hóf að vinna að samkomulagi sem tryggði meðal annars umferð bandarískra flugvéla um alþjóðaflugvöllinn í Keflavík, en samkomulag um það var undirritað haustið 1946. Tilgangur samningsins – þótt hann væri ekki skýr – var að halda í efnahagslega velmegun stríðsáranna.[120] Þetta leiddi til átaka í ríkisstjórninni. Sósíalistar gengu úr stjórninni og ný stjórn var mynduð af Sjálfstæðisflokki, Framsóknarflokki og Alþýðuflokki, undir forystu formanns Alþýðuflokksins, Stefáns Jóhanns Stefánssonar. Stefán Jóhann vildi að Ísland væri hluti af vesturblokkinni, með sérstök tengsl við Bandaríkin, auk þess sem hann kærði sig ekki um „kommúnista" í ríkisstjórn á Íslandi.[121]

---

[120] Þór Whitehead. (1991). „Leiðin frá hlutleysi 1945-1949", bls. 72.

[121] Svanur Kristjánsson. (2001). „Forsetinn og utanríkisstefnan", bls. 13.

Þessi ríkisstjórn byrjaði að vinna að því að koma Íslandi inn í bandalag vestrænna ríkja, en mikilvægasta skrefið í því var að Ísland gerðist stofnaðili að Atlantshafsbandalaginu – NATO árið 1949.

Á árunum 1948-'50 voru utanríkisviðskipti Íslands aðallega við Bretland og Bandaríkin. Þrátt fyrir að íslenska ríkisstjórnin hafi verið treg við að taka við fyrstu greiðslu Marshallaðstoðarinnar, sem var e.k. þróunaraðstoð Bandaríkjamanna við stríðshjáðar þjóðir Evrópu, hvarf sú tregða fljótt. Marshallaðstoðin náði að jafna viðskiptahallann, greiða fyrir útflutning til Evrópu og tryggja háar fjárhæðir til uppbyggingar innviða.[122]

Meginmarkmið Bandaríkjamanna var að eignast fasta bækistöð á Íslandi og tryggja þannig þá gífurlegu hernaðarlegu hagsmuni sem þeir töldu sig hafa á Norður-Atlantshafi. Í millitíðinni sáu þeir til þess að Bjarni Benediktsson (eldri), þáverandi utanríkisráðherra og síðar formaður Sjálfstæðisflokksins, væri meðvitaður um að fjárhagsaðstoð þeirra væri háð því að

---

[122] Þór Whitehead. (1991). „Leiðin frá hlutleysi 1945-1949", bls. 81.

kommúnistum væri haldið utan ríkisstjórnar.[123]

Þjóðernishyggja þess tíma hafði bein áhrif á fyrstu pólitísku óeirðirnar í sögu lýðveldisins 30. mars 1949, þegar Alþingi Íslendinga samþykkti aðild Íslands að NATO. Formaður Sósíalistaflokksins, Brynjólfur Bjarnason, hafði áður sagt að allir þeir sem aðstoðuðu erlend ríki við að fá hernaðaraðstöðu á Íslandi yrðu taldir svikarar við land sitt og hlutskipti þeirra yrðu þau sömu og „kvíslinganna" í Noregi. Þetta var í raun talin vera líflátshótun, þar sem margir „kvíslingar" (samstarfsmenn nasista í Noregi á árum síðari heimsstyrjaldarinnar) höfðu verið teknir af lífi í stríðslok.[124]

Þennan örlagaríka dag hafði Sjálfstæðisflokkurinn safnað tæplega þúsund manna liði til að verja Alþingishúsið. Fimmtíu þeirra voru skráðir í varalið lögreglunnar, sem var vopnað kylfum og hjálmum, þar sem pólitísk forysta flokksins trúði því að sósíalistar myndu framkvæma hótun sína um að ráðast á þinghúsið. Með þessu var grunnurinn lagður fyrir hörðustu átökin í

---

[123] Þór Whitehead. (1991). „Leiðin frá hlutleysi 1945-1949", bls. 81.

[124] Þór Whitehead. (2006). „Smáríki og heimsbyltingin; Um öryggi Íslands á válegum tímum", bls. 66.

sögu hins unga lýðveldis. Mikill mannfjöldi hafði safnast saman fyrir framan bygginguna, en lítill hópur mótmælenda í framlínunni kastaði steinum, eggjum og mold í átt að Alþingishúsinu. Margar rúður brotnuðu og glerbrot lágu á víð og dreif um aðalsal byggingarinnar þar sem Alþingismenn voru að ræða tillöguna um aðildina að NATO. Lögreglan braust að lokum út úr húsinu ásamt varaliðinu og notaði kylfurnar og táragasið til að dreifa mannfjöldanum.[125]

Ísland hafði ekki í hyggju að hafa sinn eigin her og margir Íslendingar fögnuðu hervernd Bandaríkjanna. Það var traustur meirihluti fyrir aðild að NATO á þinginu, 37 atkvæði með aðild og 13 á móti. Allir 20 þingmenn Sjálfstæðisflokksins studdu aðild, sem og sex þingmenn Alþýðuflokksins, en tveir greiddu atkvæði á móti; 11 þingmenn Framsóknarflokksins greiddu atkvæði með, einn var á móti og tveir sátu hjá. Allir þingmenn Sósíalistaflokksins greiddu atkvæði gegn tillögunni.[126]

Árið 1951 skrifaði Ísland undir varnar- samninginn við Bandaríkin um að stórveldið

---

[125] Þór Whitehead. (2006). „Smáríki og heimsbyltingin; Um öryggi Íslands á válegum tímum", bls. 66-8.

[126] Ólafur Þ. Harðarson. (1998). "Public Opinion and Iceland's Western Integration", bls. 3

myndi tryggja varnir Íslands. Herstöð var komið á fót við flugvöllinn í Keflavík á árunum þar á eftir. Bandaríkjamenn voru komnir aftur.

Þar sem skoðanakannanir voru í raun ekki hafnar á þessum tíma á Íslandi er ekki hægt að segja með neinni vissu hvað almenningi fannst um málið. Árið 1955 gerði Gallup í Noregi viðamikla könnun á viðhorfum Íslendinga til aðildar að NATO og Keflavíkurstöðinni fyrir bandarísk yfirvöld. Úrslitin komu á óvart. Aðeins 28% Íslendinga studdu varnarsamninginn við Bandaríkin, en 48% voru á móti honum. Hins vegar studdu 44% aðild að NATO og tveir þriðju þeirra sem sögðu skoðun sína voru fylgjandi NATO sem slíku.[127]

Viðreisnarstjórnin á sjöunda áratugnum, sem var ríkisstjórn Alþýðuflokks og Sjálfstæðisflokks markaði tímabil breytinga, þar sem markmiðið var meðal annars að losa um viðskiptahömlur fyrri ríkisstjórna og draga úr viðskiptum við Austur-Evrópu, sem höfðu verið allnokkur fram að þessum tíma, þar sem Íslendingar seldu Sovétmönnum fisk og keyptu af þeim olíu. Á þessum árum áttu

---

[127] Valur Ingimundarson. (1996) *Í eldlínu kalda stríðsins: Samskipti Íslands og Bandaríkjanna 1945-1960,* bls. 294-6, og Ólafur Þ. Harðarson. (1998), "Public Opinion and Iceland's Western Integration", bls. 4-7

talsverð mótmæli sér stað gegn veru bandaríska hersins, Keflavíkurgöngurnar, svokölluðu. Þorskastríðin við Bretland voru einnig áberandi, þar sem deilt var um fiskveiðilandhelgi Íslands.

Þá var Ísland einnig vettvangur tveggja þekktra atburða í sögu kalda stríðsins: skákeinvígis aldarinnar árið 1972 milli bandaríska skákmannsins Bobby Fischer og hins sovéska Boris Spassky, og sögulegs fundar milli Ronald Reagan, forseta Bandaríkjanna og Mikhail Gorbatsjov, forseta Sovétríkjanna, í Höfða árið 1986. Fundurinn í Höfða er af mörgum talinn marka stefnuna að endalokum kalda stríðsins.

Á fyrsta áratug tuttugustu og fyrstu aldarinnar tóku hlutirnir hins vegar óvænta stefnu. Þann 15. mars 2006 tilkynnti aðstoðarutanríkisráðherra Bandaríkjanna, Nicholas Burns, í símtali við utanríkisráðherra Íslands, Geir H. Haarde, að Bandaríkin myndu draga allar orrustuþotur sínar og þyrlur frá Íslandi fyrir lok september 2006 og draga verulega úr veru Bandaríkjahers á landinu.[128] Síðan þá hafa íslensk yfirvöld tekið við ábyrgðinni á því að reka flugeftirlitskerfið yfir Íslandi og

---

[128] „Stórlega dregið úr vörnum Bandaríkjamanna hérlendis". (2006, 16. mars). *Morgunblaðið.*

Íslandsmiðum. Einnig hafa verið gerðir samningar við nágrannaríki Íslands í NATO, um að sinna loftrýmisgæslu í kringum landið. Engu að síður stendur varnarsamningurinn við Bandaríkin enn, að minnsta kosti á meðan ekki reynir á hann.[129]

Árið 2021 gerðist Ísland aðili að Joint Expeditionary Force (JEF), sem er fjölþjóðlegt norður-evrópskt varnarbandalag undir stjórn Bretlands, og er það þróað til skjótra viðbragða við aðsteðjandi ógnum. Bretland, sem tók frumkvæði að stofnun bandalagsins árið 2012, leiðir bandalagið, sem samanstendur af Norðurlöndunum – Danmörku, Finnlandi, Íslandi, Noregi og Svíþjóð – auk Eystrasaltsríkjanna; Eistlands, Lettlands og Litháens, sem og Hollandi.[130]

JEF hefur verið starfhæft frá júní 2018 og getur unnið að verkefnum sjálfstætt eða í samvinnu við NATO, eða önnur alþjóðleg verkefni eins og friðargæslu á vettvangi Sameinuðu þjóðanna. Öll tíu aðildarlöndin eru nú um stundir einnig aðildarríki að NATO,

---

[129] Alþingi. (2008). *Skýrsla Ingibjargar Sólrúnar Gísladóttur utanríkisráðherra um utanríkis- og alþjóðamál,* bls. 18.

[130] "Iceland becomes 10th nation to join UK-led Joint Expeditionary Force". (2021). *Army Recognition.*

þar sem Finnland og Svíþjóð gengu í bandalagið árin 2023 og 2024.[131]

Silja Bára Ómarsdóttir, prófessor við Háskóla Íslands hefur rannsakað afstöðu Íslendinga til varnarmála og er athyglisvert að skoða niðurstöður þeirra rannsókna í ljósi stöðu Íslands sem NATO ríkis í 75 ár.

Greinin fjallar um öryggisgeira, öryggisvæðingu og verufræðilegt öryggi, og setur þessi hugtök í samhengi við íslenskan veruleika í gegnum niðurstöður könnunar frá Félagsvísindastofnun Háskóla Íslands frá árinu 2016. Könnunin skoðaði afstöðu almennings til utanríkis- og öryggismála, þar sem helstu ógnir og trygging öryggis voru metnar. Í ljós kom að almenningur lítur á öryggi í breiðum skilningi og telur helstu ógnir steðja að öðrum sviðum en hernaðarlegum. Stjórnvöld hafa þó tilhneigingu til að forgangsraða hernaðarlegu öryggi, þó að þingið sýni meiri nálægð við almenning í sinni forgangsröðun.

Öryggisvæðing á sér stað þegar hugmyndir um ógnir eru settar fram af valdhöfum, og almenningur tekur þær til sín. Þrátt fyrir þetta hafa hugmyndir almennings sjaldnast áhrif á öryggisstefnu ríkja. Niðurstöður

---

[131] Joint Expeditionary Force. (e.d). *About the JEF*.

könnunarinnar sýna að Íslendingar telja efnahagslegan óstöðugleika og náttúruhamfarir helstu ógnirnar, en hryðjuverkaógn ekki vera raunverulega ógn. Þjóðaröryggisstefnan endurspeglar hins vegar ekki efnahagslegt öryggi nægilega vel.

Íslendingar sjá sjálfa sig sem hlutlausa og friðsamlega þjóð, en þessi sjálfsmynd hefur veikari stoðir í þjóðaröryggisstefnu ríkisins. Markmiðið með greininni er að lýsa afstöðu Íslendinga til öryggismála og bjóða upp á frekari rannsóknir á áhrifum stjórnmálaskoðana, aldurs og menntunar á afstöðu fólks til öryggismála. Niðurstöður fyrstu könnunarinnar verða gagnlegar fyrir stjórnvöld og almenning til að fylgjast með breytingum á afstöðu til utanríkis- og öryggismála í framtíðinni.

Greinin bendir á mikilvægi þess að stjórnvöld fylgist með þróun afstöðu almennings til öryggismála og að sjónarmið almennings séu tekin með í stefnumótun til að tryggja að misræmi milli stefnu og sjálfsmyndar grafi ekki undan verufræðilegu öryggi Íslendinga.

Mannréttindi, rasismi og fólk á flótta

Mannréttindi eru hugtak sem við heyrum mjög oft nefnt í opinberri umræðu og kannski má segja að það sé að einhverju leyti ofnotað. Það eru t.d. ekki mannréttindi að hafa aðgang að gjaldfrjálsum bílastæðum, eða háhraðatengingu við internetið, svo tekin séu dæmi af handahófi. Hvort tveggja er vissulega til hægindaauka, en á engan hátt eitthvað sem við eigum skýlausan rétt á.

Þróun mannréttinda er flókið og margþætt ferðalag sem spannar aldir og segja má að smám saman hafi hugmyndin um grundvallarréttindi og frelsi allra einstaklinga orðið til. Hugtakið mannréttindi á sér djúpar sögulegar rætur, en umgjörðin og hugmyndin um mannréttindi hefur þróast nokkuð síðan hún var staðfest á alþjóðavettvangi stuttu eftir lok síðari heimsstyrjaldarinnar um miðja síðustu öld.

Rætur mannréttinda má jafnvel rekja mjög langt aftur og jafnvel til fyrstu siðmenningarsamfélaga sem við þekkjum, þar sem ákveðnar siðferðilegar meginreglur voru settar fram. Sem dæmi má nefna lög Hammúrabís í Mesópótamíu til forna og kenningar heimspekinga eins og Konfúsíusar í Kína og Platóns í Grikklandi sem innihéldu atriði um réttlæti og sanngirni, að ógleymdum boðorðunum tíu og öðrum kennisetningum trúarbragða á borð við gyðingdóm, kristni, búddisma, hindúisma og íslam.

Magna Carta, (nafnið þýðir skjalið mikla) sem ritað var í Englandi árið 1215, er oft talið grundvallarskjal þegar kemur að myndun réttarríkisins, en í því er sett fram sú regla að jafnvel konungar séu háðir lagalegum takmörkunum. Þótt það hafi ekki beinlínis fjallað um mannréttindi, lagði það grunninn að þeirri hugmynd að einstaklingar ættu meðfædd réttindi sem bæri að vernda og er þar að leiðandi grundvöllurinn að stjórnarskrám nútímans.[132]

Tímabilið sem kennt er við upplýsinguna, á 17. og 18. öld, gat af sér áhrifamikla hugsuði eins og John Locke, Jean-Jacques Rousseau og Voltaire, sem settu fram hugmyndir um náttúruréttindi og samfélagssáttmála. Þessi hugtök lögðu mikilvægan grunn að þróun mannréttinda. Að sama skapi mörkuðu bæði sjálfstæðisyfirlýsing Bandaríkjanna (1776) og franska byltingin (1789) mikilvæg skref í viðurkenningu á réttindum einstaklinga, en báðar þessar byltingar voru undir miklum áhrifum frá hugmyndum upplýsingarinnar.

---

[132] UK Parliament. (e.d.). *Magna Carta.*

Eftirmál seinni heimsstyrjaldarinnar urðu til þess að alþjóðasamfélagið tók á mannréttindum á heimsvísu. Sameinuðu þjóðirnar samþykktu Mannréttindayfirlýsinguna árið 1948, tímamótaskjal sem lýsti yfirgripsmiklum flokkum réttinda og frelsis fyrir alla, óháð þjóðerni, kynferði, kynþætti eða öðrum aðgreiningum.[133]

Í kjölfar Mannréttindayfirlýsingarinnar voru fjölmargir alþjóðlegir sáttmálar undirritaðir til að taka á sérstökum mannréttindamálum, svo sem Alþjóðasamningurinn um borgaraleg og stjórnmálaleg réttindi (ICCPR)[134] og Alþjóðasamningurinn um efnahagsleg, félagsleg og menningarleg réttindi (ICESCR).[135] Þessir sáttmálar mynda burðarás alþjóðlegra mannréttindalaga.

Ýmsar félagslegar hreyfingar, þar á meðal borgararéttindahreyfingin í Bandaríkjunum á sjöunda áratugnum, kvenréttindahreyfingin og LGBTQ+ réttindahreyfingin, hafa gegnt mikilvægu hlutverki í að tala fyrir útvíkkun og verndun mannréttinda. Þessar hreyfingar

---

[133] United Nations. (1948). *Universal Declaration of Human Rights.*

[134] United Nations. (1966). *International Covenant on Civil and Political Rights.*

[135] United Nations. (1966). *International Covenant on Civil and Political Rights.*

hafa stuðlað að lagalegum og samfélagslegum breytingum til að takast á við mismunun og ójöfnuð.

Þó framfarir hafi orðið, eru viðfangsefni samtímans viðvarandi, svo sem málefni sem tengjast flóttamönnum, réttindum innflytjenda, loftslagsbreytingum og stafrænum réttindum. Eðli samfélags í þróun krefst áframhaldandi viðleitni til að laga mannréttindaramma að nýjum veruleika.

Mannréttindi í stríði

En gilda mannréttindi í stríði? Stutta svarið er já, en um hegðun í stríði gilda alþjóðlegar reglur sem oft eru kallaðar Genfarsáttmálarnir.

Genfarsáttmálarnir eru safn alþjóðlegra sáttmála og bókana sem setja mannúðarstaðla fyrir meðferð einstaklinga í vopnuðum átökum. Þessar samþykktir miða að því að vernda þá sem ekki taka þátt í stríðsátökum eða taka ekki lengur þátt, svo sem óbreytta borgara, heilbrigðisstarfsmenn og særða eða handtekna hermenn. Samningarnir eru nefndir eftir borginni Genf í Sviss þar sem samningaviðræðurnar um þá fóru fram.

Það eru fjórir Genfarsáttmálar[136] sem hver um sig fjallar um mismunandi þætti mannúðarréttar: Fyrsti Genfarsamningurinn (1864), sem var innblásinn af stofnun Rauða krossins og hugmyndafræðinni á bakvið hann, snertir meðferð særðra og sjúkra hermanna á vígvellinum og setur fram grundvallarregluna um að veita læknishjálp og vernd þeim sem ekki geta lengur barist. Stofnandi Rauða krossins, Henri Dunant, hafði frumkvæði að ráðstefnunni sem mótaði þann samning.

Annar Genfarsamningurinn (1906) útvíkkar meginreglur fyrsta samningsins til að ná yfir særða, sjúka og skipbrotsmenn. Þriðji Genfarsamningurinn (1929) snýst um meðferð stríðsfanga, þar sem komið er á sérstakri vernd og réttindum fyrir þá sem teknir eru til fanga í vopnuðum átökum. Fjórði Genfarsamningurinn (1949) leggur áherslu á vernd óbreyttra borgara á stríðstímum, veitir leiðbeiningar um meðferð óbreyttra borgara og borgaralegra eigna í höndum aðila að átökunum.

Með tímanum hefur viðbótarreglum verið bætt við til að styrkja og skýra ákvæði Genfarsáttmálans: Fyrsta viðbótarbókunin

---

[136] ICRC. (e.d.). *The Geneva Conventions and their Commentaries.*

(1977) eykur vernd fórnarlamba í alþjóðlegum vopnuðum átökum og kynnir viðbótarreglur, þar á meðal þær sem tengjast framkvæmd hernaðar. Önnur viðbótarbókun (1977) útvíkkar verndina sem kveðið er á um í fyrstu viðbótarbókuninni til fórnarlamba vopnaðra átaka sem ekki eru alþjóðleg.

Genfarsáttmálarnir eru hornsteinn alþjóðlegra mannúðarlaga, sem fela í sér sameiginlega skuldbindingu alþjóðasamfélagsins til að takmarka áhrif vopnaðra átaka og vernda þá sem eru viðkvæmastir. Þeir setja reglur og viðmið sem ætlast er til að allir aðilar að vopnuðum átökum haldi, óháð eðli átakanna. Samningarnir hafa gegnt mikilvægu hlutverki við að móta siðferðilega framkomu í hernaði og stuðla að mannúðlegri meðferð á einstaklingum í ófriði, sem endurspeglar sameiginlega viðurkenningu á nauðsyn þess að standa vörð um mannlega reisn, jafnvel á stríðstímum.[137]

Hvernig er mannréttindum framfylgt?

Vandamálin við þessi réttindi, sem og mannréttindi almennt er skortur á tækjum til að framfylgja þeim. Alþjóðasamfélagið hefur ekki til að bera neinar valdheimildir á borð

---

[137] ICRC. (e.d.). *The Geneva Conventions and their Commentaries.*

við framkvæmdarvald eða dómsvald fullvalda ríkja, þó alþjóðlegir dómstólar séu vissulega til staðar, eins og Mannréttindadómstóll Evrópu[138] og Ameríski mannréttindadómstóllinn,[139] sem fjalla um mál sem tengjast meintum mannréttindabrotum. Einstaklingar eða ríki geta höfðað mál fyrir þessum dómstólum og leitað réttar síns vegna brota á alþjóðlegum mannréttindasáttmálum. Eins má nefna Alþjóða sakamáladómstóllinn (e. *International Criminal Court*),[140] sem hefur samkvæmt alþjóðlegum samningum lögsögu yfir einstaklingum sem sakaðir eru um að fremja glæpi á borð við þjóðarmorð, stríðsglæpi og glæpi gegn mannkyni, óháð því hvar glæpirnir áttu sér stað. Vandamálið við þessa dómstóla alla er að til þess að þeir geti sinnt störfum sínum, þarf það að vera gert í fullri samvinnu við þau ríki sem í hlut eiga og stundum standa valdamikil ríki í vegi fyrir því að brotlegir aðilar séu látnir svara til saka. Þannig er t.d. mjög ólíklegt að ríkisborgarar ríkja með neitunarvald í öryggisráði

---

[138] European court of Human Rights. (e.d.). *How the Court works*.

[139] Inter-American Court of Human Rights. (e.d.). *What is the I/A Court H.R.?*

[140] International Criminal Court. (e.d.). *About the Court*.

Sameinuðu þjóðanna muni þurfa að mæta fyrir Alþjóða sakamáladómstólinn í Haag.

Mannréttindayfirlýsing Sameinuðu þjóðanna frá 1948 lagði fyrst og fremst áherslu á pólitísk réttindi einstaklinga, réttinn til málfrelsis og að fá að lifa í friði óháð pólitískum skoðunum og stöðu að öðru leyti. Smám saman kom áherslan á efnahagsleg réttindi til sögunnar, t.a.m. til frelsis frá hungri og rétturinn til menntunar og eftir lok kalda stríðsins hafa réttindi minnihlutahópa verið að koma sterkt inn.

Þótt mannréttindahugtakið sé almennt viðurkennt og samþykkt er það ekki laust við gagnrýni. Ein algeng gagnrýni er að mannréttindi séu menningarlega hlutdræg og endurspegli vestræn gildi, sem mögulega þröngva ákveðnum gildum á fjölbreytta menningu jarðarbúa. Gagnrýnendur halda því fram að alhliða réttindi eigi ekki við eða séu ekki ásættanleg í öllum samfélögum, sem leiðir til ásakana um menningarlega heimsvaldastefnu Vesturlanda.[141]

Önnur gagnrýni snýr að beitingu mannréttindareglna, en því er stundum haldið fram að voldugar þjóðir kunni að líta framhjá eða gera lítið úr mannréttindabrotum banda-

---

[141] Sjá t.d. Mutua, M. (2002). "Human Rights as a Metaphor".

manna þeirra, sem leiði til þess að framfylgd mannréttinda sé misjöfn og að oft séu pólitískar ástæður þar að baki. Þannig er því jafnframt haldið fram að alþjóðlegar stofnanir, eins og Sameinuðu þjóðirnar og stofnanir þeirra, endurspegli vestræn gildi, sem leiði til ójafnvægis í framfylgni mannréttinda. Samsetning þeirra stofnana sem taka ákvarðanir þar um og úthlutun fjármagns til að fylgja þeim eftir getur verið vestrænum þjóðum óhóflega hagfelld.

Mannréttindi mæta því áskorunum í menningarlegu samhengi. Þannig halda sumir því fram að beiting mannréttinda geti stangast á við hefðir í öðrum samfélögum en vestrænum, sérstaklega þeim sem tengjast jafnrétti kynjanna og LGBTQ+ réttindum.

Það er mikilvægt að hafa í huga að þessi gagnrýni gerir ekki lítið úr mikilvægi mannréttinda heldur undirstrikar margbreytileikann í heiminum og áskoranirnar sem tengjast framkvæmd og framfylgd þeirra. Til að bregðast við þessari gagnrýni þarf viðvarandi samræður, samvinnu og skuldbindingu til að betrumbæta mannréttindareglur á heimsvísu.

Hvað er rasismi? Hvernig varð hann til? Hvernig lýsir hann sér?

Rasismi er sú tilhneyging að dæma fólk fyrirfram útfrá litarhafti húðar, eða öðrum ómálefnalegum ástæðum. Í þeirri mynd sem við þekkjum hann í dag má segja að hann eigi sér rætur í þrælahaldi og nýlendustefnu fyrri alda. Á fimmtándu öld var tækniþróun Evrópu orðin með þeim hætti að hægt var að sigla heimsálfa á milli og í lok þeirrar aldar opnaðist „nýji heimurinn" fyrir Evrópubúum, fyrst með siglingum Spánverja til Ameríku og síðar annarra Evrópuríkja. Að sama skapi höfðu Evrópumenn yfir að ráða vopnum og hernaðartækni, sem gerðu þá nánast ósigrandi í átökum við þá sem ekki höfðu yfir sambærilegum vopnum að ráða. Þetta leiddi til hugmynda þeirra um náttúrulega yfirburði Evrópumanna yfir fólki annarsstaðar í heiminum. Fólki sem var yfirleitt dekkra á hörund en meðal Evrópubúinn.

Í framhaldi af uppgötvun Ameríku og því að Evrópumenn lögðu álfuna undir sig og brutu hana smám saman til ræktunar á afurðum sem mikil eftirspurn var eftir heima fyrir, eins og sykur, tóbak og bómull, þá fæddist sú hugmynd að flytja þræla frá Afríku yfir hafið til að vinna á ökrum Evrópumanna. Þannig varð til það sem kallað hefur verið „atlantíska svæðið", sem náði til landanna sem liggja við Atlantshafið. Tvennt einkenndi þessa þróun. Í fyrsta lagi að innfætt fólk í Ameríku var rekið af landi sínu og það lagt undir athafnir Evrópumanna og í öðru lagi afmennskun Afríkubúa sem voru fluttir yfir hafið sem þrælar. Alls voru um 12 milljónir Afríkubúa fluttir mansali yfir hafið og um 15% þeirra dóu á leiðinni. [142]

Evrópumenn áttu í krafti yfirburða sinna á tæknisviðinu auðvelt með að leggja undir sig lönd hinna þjóðanna við Atlantshafið og litu svo á að þetta fólk sem þau byggði væri ekki fyllilega mennskt. Þar átti nekt þeirra, sem skýrðist af ólíku loftslagi en Evrópumenn voru vanir, nokkurn hlut, en einnig það að þeirra var ekki getið í biblíunni.[143] Og þar sem húðliturinn var sá eiginleiki sem augljósast einkenndi þetta fólk frá Evrópubúum, þá var hann notaður til að flokka fólk í stigveldi kynþátta. Stigveldið var með þeim hætti að því ljósari sem einstaklingurinn var, því hærra var hann í stigveldinu, en eins og gengur blönduðust hinir hvítu Evrópubúar við hinar dekkri þjóðir og er t.d. talið að í dag sé að meðaltali um fjórðungur af forfeðrum dökkra, eða „afrískra" Bandaríkjamanna hvítur.[144]

---

[142] Baylis, Smith & Owens. (2023). *The Globalization of World Politics.* Oxford University Press.

[143] Baylis, Smith & Owens. (2023). *The Globalization of World Politics.* Oxford University Press.

[144] Genet, Am J Hum, (2015). "The Genetic Ancestry of African Americans, Latinos, and European Americans across the United States".

En þetta leiddi líka til skilgreiningarinnar „hvítur" sem ekki var til sem slík fyrir þann tíma.

Hugmyndir Evrópumanna um mannkynssöguna var með þeim hætti að þeir töldu að hún markaðist af „þróun" frá „villimennsku" til „háþróaðrar siðmenningar". Hugmyndin var sú að í árdaga hefði mannkynið búið við villimennsku, þar sem lítil sem engin rökhugsun, lagaleg skipan, eignarréttindi eða réttlæti ríkti. Samskipti fólks voru gróf og byggðu mestmegnis á öflun lífsnauðsynja, án formfastrar samfélagsgerðar. Þá tók við þróunin til „barbarisma" þar sem samfélög tóku upp einfaldar lagareglur, en samt sem áður var langt í land með siðmenntaðan þankagang. Menning þessara samfélaga átti að hafa verið frumstæð og þótti ósiðmenntuð í augum þeirra sem töldu sig búa við meiri þróun.

„Siðmenningin" bar með sér vel skipulagt réttarkerfi, eignarréttindi og lýðræðisleg réttindi. Þau samfélög sem töldu sig búa við siðmenningu - Evrópuríkin - álitu sig bera ábyrgð á að dreifa siðmenningu sinni, *La mission civilisatrice* á frönsku, sem réttlætti yfirráð yfir „ósiðmenntuðum" þjóðum í Afríku, Mið-Austurlöndum og Kyrrahafinu. Í kjölfar fyrri heimstyrjaldarinnar var þessi stefna formgerð á vettvangi Þjóðabandalagsins[145] og ríki eins og Frakkland og Bretland fengu svokölluð „mandöt" (e. *mandates*) í Mið Austurlöndum. Það var auðvitað til viðbótar við nýlendur þessara ríkja og annarra, þar sem „siðmenntunin" var í fullum gangi fyrir. Evrópumenn álitu Afríkumenn almennt vera á „villimennsku" stiginu, en fólkið í Mið Austurlöndum voru „barbarar", þ.e. aðeins lengra komið í þróuninni en Afríkumenn, en ekki eins langt og Evrópubúar.

Segja má að þessi sjónarmið hafi lifað inn í nútímann í viðbrögðum sumra á Vesturlöndum við fólksflutningum til Evrópu frá fyrrum nýlendum og öðrum fátækari svæðum jarðarinnar. Þannig hafa Evrópskir lýðhyggjustjórnmálamenn haldið því fram að menning þeirra „þjóðernislegu minnihlutahópa", sem flytjast til viðkomandi lands, skorti það sem til þarf til að aðlagast háþróuðum, frjálslyndum lýðræðis-

---

[145] Þjóðabandalagið var stofnað í kjölfar fyrri heimstyrjaldarinnar og var vettvangur aðildarríkjanna til að ráða ráðum sínum. Að því leyti var það einskonar forveri Sameinuðu þjóðanna. Þjóðabandalagið náði aldrei almennilegu flugi þar sem Bandaríkin áttu aldrei aðild að því og Sovétríkin, gengu ekki í það fyrr en 1934, þegar Þýskaland og Japan höfðu yfirgefið það. Þau voru rekin úr því 1939 eftir innrás þeirra í Finnland. Bandalagið tórði út styrjaldarárin, en var leyst upp 1946 þegar Sameinuðu þjóðirnar tóku við hlutverkinu sem því hafði mistekist að rækja. Að halda heimsfriðinn.

samfélögum. Segja má að slíkar staðhæfingar endurspegli skoðanir sem kalla má „nýja kynþáttafordóma"; þar sem kynþátturinn sjálfur er ekki beint nefndur, en stigveldis- og útilokunarreglur sem tengjast kynþáttum eru enn við lýði. Nefna má viðhorf til samskipta kynjanna og önnur menningar- og trúarbragðatengd sjónarmið sem tengd eru innflytjendum og álitin ógn við frjálslynt lýðræði og „nútímalega" hugsun. Þessi sjónarmið byggja á þeim forsendum að Evrópubúar þurfi að „siðmennta" nýkomna íbúa—sem eru oft kallaðir í niðrandi orðræðu villimenn og barbarar—til að þeir rústi ekki siðmenningunni. Þannig endurspegla viðbrögð við fólksflutningum ekki aðeins viðleitni til að vernda stofnanir og lífshætti, heldur einnig djúpstæða ótta og fordóma sem móta stefnu þessarra stjórnmálamanna og flokka.

Á 19. öld og fram á 20. öld var reynt að finna vísindalegan grundvöll fyrir rasisma og byggði það á hugmyndum um líffræðilega yfirburði ákveðinna kynþátta. Fræðimenn á borð við Francis Galton[146] og Alfred Plötz[147] þróuðu kenningar um arfgengi greindar og

---

[146] Heiða María Sigurðardóttir. (2005). „Hver var Francis Galton?"

[147] Stahnisch, Frank. (e.d.). "Racial hygiene and Nazism".

kynþáttahreinleika, sem náðu hápunkti sínum í kynþáttahreinsanunum nasista í Þýskalandi. Þessum hugmyndum var alfarið hafnað eftir síðari heimsstyrjöldina, en rasismi hélt áfram að birtast í ýmsum myndum eins og aðskilnaðarstefnunni í Suður-Afríku og Bandaríkjunum og utan Vesturlanda í stéttakerfinu á Indlandi.

Fræðimenn samtímans hafa sýnt fram á að kynþættir eru ekki líffræðilega marktækar skilgreiningar. Það er enginn líffræðilegur munur á homo sapiens sapiens með mismunandi húðlit frekar en það er munur á brúnum og gráum hesti. Kynþáttur er því félagslega mótuð hugmynd frekar en líffræðileg staðreynd.[148] Það er engu að síður svo að þessar félagslegu smíðar hafa djúpstæð áhrif á hvernig einstaklingar eru skilgreindir og meðhöndlaðir í samfélaginu. Að sama skapi endurspegla hugmyndir um „hvítleika"enn frekar hvernig ákveðnar hópar njóta félagslegs vafa sem ekki er dreginn í efa, í mótsögn við þá sem falla utan þessa hóps og verða fyrir stöðugum efasemdum um sína menningarlegu og jafnvel líffræðilegu hæfileika.

---

[148] "Race as a Social Construct"(e.d.). *LibreTexts.*

Þróunaraðstoð, framhald á nýlendustefnunni?

Þegar nýlendutímanum lauk, á síðari helmingi tuttugustu aldarinnar, héldu samskipti fyrrum nýlendna og fyrrum nýlenduherra áfram undir nýjum hatti, hatti þróunaraðstoðar. Önnur vestræn ríki, sem ekki höfðu sjálf haldið nýlendur, eins og Íslendingar, komu inn í þessi verkefni, eða settu á fót sín eigin. Að auki héldu alþjóðlegar stofnanir, á borð við Bretton Woods stofnanirnar, Alþjóðabankann og Alþjóðagjaldeyrissjóðinn í sína eigin vegferð hvað þetta varðar, gjarnan undir fána nýfrjálshyggjunnar, þar sem gerðar voru kröfur um sölu ríkiseigna og aðhaldsaðgerðir í ríkisfjármálum sem endurspegluðu þá hugmyndafræði, sem kölluð var Washington samkomulagið (e. *The Washington Consensus*).[149]

Þessi verkefni voru á engan hátt á jafnréttisgrunni. Þau voru á milli gjafa, (e. *donors*) og gjafaþega (e. *recipients*). Þessi aðstoð fól oftast í sér skilyrði um breytingar á stjórnarháttum, t.d. í átt að lýðræði og markaðskerfi, og muldi oft undir aðila sem gátu nýtt sér hið nýja kerfi til að auðgast

---

[149] Irwin, Douglas A. & Oliver Ward. (2021). "What is the "Washington Consensus?"

rosalega, á kostnað þjóða sinna. Kalda stríðið ruglaði lengi þetta kerfi, þar sem horft var í gegnum fingur sér um spillingu og slæma stjórnarhætti, ef viðkomandi valdhafar voru „okkar" megin í þeirri hugmyndafræðilegu baráttu.

Og á eftir þróunarsamvinnuverkefnunum komu vestrænir kaupsýslumenn og keyptu upp auðlindir og markaði. Þetta hefur stundum verið kallað *neo-colonialism* upp á ensku, stundum kallað síð-nýlendustefna á íslensku.

Eins og svo margt snýst þetta um afstöðu og það hvernig viðfangsefnið er nálgast. Markmiðið er að allir á þessari jörð alist upp í friði og velmegun og geti menntað sig og fætt og klætt og komið sér upp húsnæði og lífi með reisn. Því þurfum við að geta gefið af okkur og þegið sem jafningjar. Deilt auði okkar og velmegun á þann hátt að það sé ekki byggt á þvingunum og arðráni. Og til þess að svo megi verða þurfum við fyrst að breyta hugmyndum okkar um okkur sjálf og aðra á þessari jörð.

Af hverju er fólk á flótta?

Fólk er á flótta vegna fjölbreyttra ástæðna, sem oftast eru tengdar alvarlegum samfélagslegum, pólitískum og efnahagslegum vandamálum í heimalöndum þess. Orsakir flótta geta verið af náttúrulegum völdum, eins og náttúruhamförum, þurrkum eða loftslagsbreytingum eða þá af mannavöldum, eins og sökum stríðsátaka, efnahagskreppa, eða stjórnarfarslegs óstöðugleika.

En hversu margir eru á flótta? Samkvæmt tölum frá Flóttamannastofnun Sameinuðu þjóðanna (UNHCR) frá 2024, voru um 108,4 milljónir manna á flótta um allan heim.[150] Þessi hópur skiptist í þrennt:

- 29,4 milljónir eru alþjóðlegt flóttafólk, sem eru skilgreint er sem einstaklingar sem flýja ofbeldi, átök eða ofsóknir út fyrir heimaland sitt.

- 62,5 milljónir innanlandsflóttafólk, sem eru þau sem flýja heimili sín en dvelja enn innan landamæra síns heimalands.

- 5,4 milljónir hælisleitendur, en það eru einstaklingar sem hafa sótt um alþjóðlega vernd og bíða niðurstöðu um stöðu sína í móttökuríkinu.

Auk þessara hópa eru milljónir sem eru á flótta vegna efnahagslegra aðstæðna sem ekki falla undir skilgreiningu UNHCR á flóttamönnum.

---

[150] UNHCR. (2023a). *Key Facts and Figures.*

Rúmur helmingur flóttafólks í dag kemur frá þremur löndum, Sýrlandi, (6,5 milljónir), Afganistan (6,1 milljón) og Úkraínu (5,9 milljónir). 75% þessara flóttamanna eru í lág- og millitekjulöndum. Stærstu hóparnir eru í Íran og Tyrklandi (3,4 milljónir í báðum löndum), Þýskalandi (2,5 milljónir), Kólumbíu (2,5 milljónir) og Pakistan (2,1 milljón), en 69% flóttamanna eru í nágrannaríkjum þess ríkis sem þau eru að flýja.[151]

Fólk á flótta í dag stendur frammi fyrir margþættum og flóknum áskorunum sem spanna frá leit að öryggi og til að aðlagast nýjum menningarheimi. Í leit að skjóli frá stríðsátökum, ofsóknum, efnahagslegri óvissu eða náttúruhamförum, ferðast flóttamenn oft langar vegalengdir undir erfiðum og hættulegum kringumstæðum, en eitt af stærstu vandamálunum sem fólk á flótta mætir er skortur á öryggi. Margir flóttamenn koma frá stríðshrjáðum svæðum eða þar sem mannréttindabrot eru tíð. Þessi einstaklingar þurfa oft að búa um lengri eða skemmri tíma í flóttamannabúðum sem eru yfirfullar og þar sem aðbúnaður er langt frá því að vera fullnægjandi, með takmarkaðan aðgang að hreinu vatni, læknisþjónustu og menntun.

---

[151] UNHCR. (2023b). *Refugee Data Finder.*

Að aðlagast nýjum menningarheimi getur verið sérstaklega krefjandi. Flóttamenn og hælisleitendur eru oft fórnarlömb fordóma og mismununar í móttökuríkjunum. Þau þurfa að læra nýtt tungumál, skilja flóknar reglur og félagsleg kerfi og takast á við menningarlegar hindranir sem geta staðið í vegi fyrir fullri þátttöku þeirra í samfélaginu.

Fólk á flótta býr oft við mikla óvissu um framtíð sína. Þrátt fyrir að leita hælis eða verndar í öðru landi, eru mörg í biðstöðu í langan tíma meðan umsóknir þeirra eru í vinnslu. Þessi biðtími er oft á tíðum fullur af kvíða og óvissu um hvort þau fái að vera áfram eða verði sendir til baka til upprunalandsins, þar sem þau gætu átt á hættu að verða fyrir ofsóknum eða ofbeldi.

Mörgu flóttafólki tekst að byggja upp nýtt líf í móttökuríkinu, þrátt fyrir erfiðleikana. Þau leggja hart að sér til að tryggja betri framtíð fyrir sig og fjölskyldur sínar. Félagslegar stofnanir, eins og skólar og heilbrigðisþjónusta, gegna lykilhlutverki í því að hjálpa þeim að aðlagast og finna fótfestu í nýju samfélagi.

Ísland hefur tekið við auknum fjölda flóttamanna og hælisleitenda undanfarin ár. Aukningin hefur að miklu leyti komið til vegna stríðsins í Úkraínu. Af þeim 5427 einstaklingum sem fengu vernd á Íslandi árin 2022 og 2023, voru 3869 með úkraínskt ríkisfang, eða 71%. Næst stærsti hópurinn kom frá Venezuela, en 786 einstaklingar með venezuelskt ríkisfang fengu vernd á Íslandi á þessum tveimur árum.[152]

Sökum aukinna vopnaðra átaka, loftslagsbreytinga og annarra erfiðleika stendur alþjóðasamfélagið frammi fyrir þeirri áskorun að takast á við vaxandi fjölda flóttamanna og hælisleitenda á réttlátan og mannúðlegan hátt. Þörf er á samstilltu átaki ríkja um allan heim til að veita nauðsynlega aðstoð og styðja við aðlögunarferlið, sem og að vinna gegn rótum vandans sem knýr fólk til að flýja heimili sín. En það er önnur saga. Snúum okkur nú að mikilvægri skýribreytu í þeim efnum, hinni svokölluðu hamfarahlýnun, eða loftslagsvá.

---

[152] Útlendingastofnun. (2024). *Tölfræði*.

Hamfarahlýnunin

Árið 1979 kom ástralska kvikmyndin *Mad Max* fyrir almenningssjónir og sló óvænt í gegn! Þessi framtíðarmynd, sem gerist í brennheitri eyðimörkinni í Ástralíu, sýnir heim þar sem leðurklæddir glæpaflokkar ráða ríkjum í auðninni og eru í stöðugri leit að takmörkuðum lífsbjörgum, þar á meðal olíu. Bráðungur Mel Gibson, í hlutverki lögreglumanns, eltist við þessa löglausu hópa í gegnum þennan ömurlega heim. *Mad Max* hreyfði ekki aðeins við ímyndunarafli áhorfenda víða um heim, heldur, á sinn hátt, varpaði einnig ljósi á viðkvæmt vistkerfi jarðar. Í kjölfar hennar varð til hugtakið „*Mad Max Scenario*" um það þegar heimurinn er orðinn nánast óbyggilegur af umhverfisástæðum og samfélagið eins og við þekkjum það hrunið.

Þegar nær dró tíunda áratugnum, kom fram hugmyndin um sjálfbæra þróun. *Sjálfbær þróun* (e. *sustainable development*) var skilgreind í *Brundtland-skýrslunni* svokölluðu. Hún var kölluð það í höfuðið á þáverandi forsætisráðherra Noregs Gro Harlem Brundtland, sem leiddi vinnu nefndar á vegum Sameinuðu þjóðanna sem skrifaði skýrsluna, sem heitir raunar *Report of the World Commission on Environment and Development: Our Common Future*. Í henni er sjálfbær þróun skilgreind á þá leið að þar sé um að ræða þróun sem uppfyllir þarfir nútímans án þess að skerða getu framtíðarkynslóða til að mæta sínum þörfum.[153] Þó okkur kunni að finnast þetta sjálfsagt í dag, þá var þetta engu að síður nýstárleg hugmynd á þeim tíma, þó ekki sé ýkja langt síðan.

Í dag stöndum við þó frammi fyrir veruleika sem er langt frá því að vera í samræmi við þessa hugmynd. Vísindalegar rannsóknir benda til þess að hegðun okkar undanfarnar aldir muni hafa grafalvarlegar afleiðingar fyrir framtíðarkynslóðir og jafnvel fyrir okkur sjálf á næstu árum og áratugum. Parísarsamkomulagið, frá árinu 2015, sem er metnaðarfyllsta alþjóðlega áætlunin til að takast á við þessa fyrirsjáanlegar loftslagsbreytingar, er talið of metnaðarlaust til að afstýra því að hitastig fari yfir 1,5°C markið miðað við meðalhitastig fyrir upphaf iðnbyltingar, sem er það markmið sem sett er fram í samkomulaginu.[154] Við stöndum nú þegar frammi fyrir því að hitastig er allt að 1,1°C hærra en fyrir iðnvæðingu. Og það fer

---

[153] Sameinuðu þjóðirnar. (1987). *Report of the World Commission on Environment and Development: Our Common Future*.

[154] United Nations Climate Change. (e.d.). *The Paris Agreement*.

hækkandi.[155] Þetta er það sem kallað hefur verið *Hamfarahlýnunin*, eða *The Climate Crisis* á ensku.

Loftslagsbreytingarnar sem fylgja henni eru sennilega stærsta einstaka áskorun sem mannkynið stendur frammi fyrir í dag. Þessar breytingar eru ekki skyndilegar né bráðar; þær eru ferli sem á sér stað yfir margra ára og áratuga skeið og hefur augljóslega ekki sömu bráðaáhrif eins og ef, segjum, risavaxinn loftsteinn stefndi á jörðu með fyrirsjáanlegum afleiðingum. Hins vegar gætu afleiðingarnar orðið alveg jafn hrikalegar. Hægfara eðli þessara breytinga hefur gert það að verkum að það er gríðarlega erfitt að afla nauðsynlegs stuðnings við að takast á við vandann, og margir af þeim sem gætu gripið til aðgerða eru enn með höfuðið djúpt grafið í sandinum.

Hugtakið *loftslagsbreytingar* vísa til langtímabreytinga á hitastigi og veðurmynstrum innan lofthjúps jarðarinnar. Iðnbyltingin hleypti af stokkunum tímabili nýtingar jarðefnaeldsneytis eins og kola, olíu og gass til að knýja framleiðslu og samgöngur. Bruni jarðefnaeldsneytis veldur losun gróðurhúsalofttegunda sem fanga hita sólar og valda því að lofthjúpur jarðar hitnar. Þú

---

[155] IPCC. (2023). *AR6 Synthesis Report: Climate Change 2023.*

getur ímyndað þér það eins og lag af álpappír sem vafið er utan um plánetuna okkar og bakar hana jafnt og þétt, eins og kartöflu á grilli.

Síðan árið 1800 hafa loftslagsbreytingar átt sér stað hraðar en nokkurntíma í skráðri sögu, og þær eru af mannavöldum. Við sem mannkyn höfum jafnt og þétt bakað okkur þessi vandræði, bæði vegna hömlulausrar brennslu jarðefnaeldsneytis sem og með gengdarlausu skógarhöggi, en skógar stuðla að náttúrulegri úrvinnslu koltvísýrings halda þannig andrúmslofti jarðar í jafnvægi.

Meðalhiti yfirborðs jarðar hefur hækkað eins og áður segir um 1,1 gráðu á Celsíus, sem hljómar ekki mjög mikið í hinu stóra samhengi, fyrr en við áttum okkur á að hækkun um aðeins 3 gráður á Celsíus er nóg til að gera plánetuna okkar mun illbyggilegri en hún er í dag, vegna samblands af flóðum, þurrkum og stormum. Það myndi væntanlega leiða til hruns í landbúnaði með fyrirsjáanlegum afleiðingum á fæðuöflun okkar. Þegar allt kemur til alls, þá eru nánast allir þættir lífsviðurværis tengdir náttúrinni með einum eða öðrum hætti, allt niður í grasið sem fæðir kindurnar okkar.

Því miður benda núverandi spár til hitinn nái 2,8 gráðu hækkun í lok aldarinnar. Nú þegar hefur hitastig í Evrópu hækkað um meira en tvöfalt meðaltal á heimsvísu á aðeins þrjátíu árum, sem hefur leitt til fjölgunar á hitabylgjutengdum dauðsföllum á hverju sumri. Landbúnaðarframleiðsla í Bandaríkjunum er í aukinni hættu vegna mikillar úrkomu sem eyðir jarðvegi og uppskeru. Íshellurnar á suður- og norður- skauti eru að bráðna, Ástralía logar og Kyrrahafseyjar að sökkva.

Í umræðunni um loftslagsbreytingar vakna stundum nokkrar gildar spurningar sem rétt er að takast á við. Ein spurningin er „Ef hlýnun jarðar er raunveruleg, hvers vegna er þá svona kalt?"Þetta er rökrétt spurning, því við erum ekki að sjá hlý sumur og hitabylgjur allstaðar á jarðarkringlunni. Sumsstaðar, eins og í Norður-Ameríku og Norður-Asíu eru kaldari vetur en nokkru sinni fyrr. Þannig að sú staðreynd og hugmyndin um „hlýnun jarðar" virðist ekki koma heim og saman. En ef betur er að gáð er raunin sú að loftslagsbreytingarnar leiða ekki bara til hlýnunar, heldur öfga í veðurfari, bæði í þurrkum og úrkomu.[156]

Reyndar höfum við séð dæmi um þessi áhrif áður fyrir tiltölulega skömmu. Þau sem þekkja söguna hafa kannski heyrt um „litlu ísöldina" sem gekk yfir Evrópu á 15. öld. Hiti

---

[156] Cohen, Judah et al. (2021). "Linking Arctic variability and change with extreme winter weather in the United States".

fór niður í það lægsta í um tíu þúsund ár. Í kjölfarið á plágunni miklu sem kölluð var „svarti dauði", leiddu þessar veðurfarsbreytingar til hungursneyðar, sjúkdóma og uppskerubrests sem hafði hrikalegar afleiðingar í Evrópu.

Á síðari tímum hafa vísindamenn komist að þeirri niðurstöðu að það hafi ekki verið einhver óvæntur vetur sem olli þessum hörmungum, heldur óvenju hlýtt tímabil sem kom þar á undan.[157]

Til útskýringar, þá virkar Atlantshafið eins og gríðarstórt færiband sem flytur hafstrauma í náttúrulegu ferli kólnunar og hlýnunar. Hlýtt vatn berst norður þar sem það kólnar og streymir aftur í átt að miðbaug. Áhrifin af þessu er óvenjulega milt loftslag á norðurhluta Atlantshafssvæðisins, t.d. hér á landi og annarsstaðar í norðanverðri Evrópu.

Vegna fyrrnefnds hlýindaskeiðs bráðnaði mikið magn af ís á Grænlandsjökli og streymdi í hafið. Þetta kældi vatnið nógu mikið til að hægja á hringrásinni og vega upp á móti jafnvægi þessa risastóra færibands, sem við köllum í daglegu tali Golf strauminn, en kallast á ensku *Atlantic Meridional*

---

[157] Cockburn, Harry. (2022, 18. janúar). "Scientists Discover "Surprising" Cause of Europe's Little Ice Age".

Overturning Circulation, eða AMOC.[158] Og þegar vatnið kólnaði, gerði vindurinn það líka og blés bitru frosti yfir Evrópu. Þessi áhrif eru reyndar sérstaklega mikið áhyggjuefni fyrir okkur hér á Íslandi og gætu gert landið okkar svo til óbyggilegt til framtíðar. Flest af því sem við tökum sem sjálfsögðum hlut í náttúrunni er háð mjög viðkvæmu jafnvægi og það getur haft miklar afleiðingar fyrir okkur ef það raskast.

En hver eru áhrifin af loftslagsbreytingum? Vandamálið er að enginn veit það með fullri vissu. Við getum aðeins giskað útfrá fyrirliggjandi upplýsingum. Við vitum að síðast þegar heimurinn var 4 gráðum heitari en hann er í dag, þá var enginn ís á pólunum og sjávarstaðan var 80 metrum hærri en hún er í dag.[159] Parísarsamkomulagið, sem áður hefur verið nefnt miðar að því að halda hitastigi jarðar á þessari öld vel undir 2 gráðum á Celsíus yfir því sem var fyrir iðnbyltingu, helst nær 1,5°. Því miður er harla ólíklegt að það náist og það er ekki útilokað, ef mannkynið brennir sig í gegnum allt jarðefnaeldsneytið sem það hefur aðgang að, að plánetan muni hitna um allt að 18 gráður á

---

[158] National Oceanic and Atmospheric Administration. (e.d.). "What Is the AMOC?"

[159] Brannen, Peter. (2017, 9. september). "This Is How Your World Could End".

Celcius og gjörbreyta lífinu eins og við þekkjum það.[160]

Hér að ofan höfum við minnst á auknar öfgar í veðurfari, sem leiða til flóðbylgja, hitabeltisbylja og flóða vegna hækkandi sjávarborðs, þurrka og hitabylgja, almennt sterkari vinda og tíðari fellibylja.[161] Láglend strandsvæði þar sem margar af stærstu borgum heims eru staðsettar, eru sérstaklega viðkvæm fyrir loftslagsbreytingum. Um það bil 13 prósent þéttbýlis í heiminum er á láglendum strandsvæðum og aðeins eins metra hækkun sjávarborðs myndi ógna verulega stórborgum við ströndina eins og New York, Tókýó, Mumbai, Dhaka, Rio de Janeiro, Lagos og Kaíró.

Sumir telja að við séum jafnvel að sjá félagsleg áhrif loftslagskreppunnar nú þegar. Tengsl þurrkanna í Sýrlandi og stríðsins þar sem braust út þar eru vel þekkt og önnur tilfelli vopnaðra átaka hafa einnig verið tengd loftslagsbreytingum.[162] Auðvitað leiða loftslagsbreytingar í sjálfu sér ekki til átaka.

---

[160] Brannen, Peter. (2017, 9. september). "This Is How Your World Could End".

[161] NASA. (e.d.2). *The Effects of Climate Change*.

[162] Meyer, Robinson, (2018). "Does Climate Change Cause More War?"

Aðrir undirliggjandi þættir verða líka að vera til staðar. Við verðum hins vegar að reyna að spá fyrir um atburðarásina, bæði til að búa okkur undir og til að varpa ljósi á hættuna af því að gera ekkert til að koma í veg fyrir að loftslagið haldi áfram að hlýna vegna gjörða okkar.

Eins og staðan er í dag eru núverandi innviðir þegar í erfiðleikum við að takast á við jafnvel bara eina viku af óvenjulega heitu veðri, með tilheyrandi bilunum á rafkerfum og hitatengdum dauðsföllum. Skógareldar eru nú þegar algengari en þeir voru áður. Vaxandi þurrkar munu valda fólksflutningum til stórborga við sjávarsíðuna, sem þegar er ógnað af hækkandi sjávarborði og munu ekki geta tekið á móti fólksfjölguninni með góðu móti. Félagsleg ólga getur orðið til af þessum völdum. Sumir spá því að eftir aðeins nokkra áratugi gætu „vatnsstríðin" hafist.[163]

Loftslagslíkön fyrir þessa öld sýna að úrkoma mun aukast á norðlægum breiddargráðum og svæðum í hitabeltinu, en minnka á svæðinu þar á milli, eins og á Miðjarðarhafssvæðinu, í vesturhluta Bandaríkjanna í Afríku sunnan Sahara og í norðausturhluta Brasilíu, sem mun stuðla að því að gríðarstór gróðurlendi

---

[163] Brannen, Peter. (2017, 9. september). "This Is How Your World Could End".

hverfa. Þetta gæti stækkað það svæði sem býr við mikla þurrka (e.k. eyðimerkursvæði) úr 1% af núverandi landsvæði jarðarinnar í 30% fyrir árið 2100.[164] Það er augljóst að ef þessi spá rætist verða vandamál.

Hins vegar er mikilvægt að hafa í huga að versta útkoman er ekki óumflýjanleg. Mannkynið hefur enn tækifæri til að koma í veg fyrir verstu áhrif loftslagsbreytinga með því að draga úr losun gróðurhúsalofttegunda, fjárfesta í endurnýjanlegri orku og stuðla að sjálfbærum starfsháttum í landbúnaði, samgöngum og öðrum geirum.

En hvað er Ísland að gera til að leggja sitt af mörkum í þessum efnum? Ísland hefur sett sér það markmið að ná kolefnishlutleysi árið 2040, en kolefnishlutleysi telst vera náð þegar losun kolefnis er ekki meiri en sem nemur bindingu þess.[165]

Ísland er leiðandi þegar kemur að notkun endurnýjanlegra orkugjafa, sérstaklega jarðhita og vatnsaflsorku. Þetta kemur reyndar ekki til af því að markmiðið hafi verið

---

[164] Jha, Alok. (2011). *The Doomsday Handbook; 50 Ways the World Could End,* bls. 102-103.

[165] Umhverfis-, orku- og loftslagsráðuneytið. (2021, 15. júní). „Markmið um kolefnishlutleysi lögfest á Alþingi, 15. júní 2021".

sett á það að koma í veg fyrir loftslagsbreytingar þegar ákvarðanir um nýtingu endurnýjanlegra orkugjafa voru teknar, heldur komu þær til af séríslenskum aðstæðum, þ.e. landið er fjöllótt, hér eru stórir jöklar sem gefa af sér öflug fallvötn og það er staðsett á mótum meginlandsfleka með tilheyrandi heitu vatni og nýtanlegum jarðhita. Að auki má gera ráð fyrir að hinn öflugi vindur sem ríkir á landinu mest allt árið gæti nýst vel til að framleiða raforku, ef um það næst samstaða á komandi árum, en bygging vindmylla hefur mætt mikilli andstöðu hér á landi vegna hinna sjónrænu áhrifa sem þær hafa. Ísland er, ásamt Írlandi og Skotlandi, reyndar á einu af þremur vindamestu svæðum jarðarinnar og því eina með byggðu bóli. Hin svæðin eru við vesturströnd Alaska og á hafinu við Suðurskautslandið.[166]

Ísland er þátttakandi í alþjóðlegum sáttmálum og loftslagsmarkmiðum, svo sem Parísarsáttmálanum, sem áður er nefndur. Að sama skapi hefur Reykjavíkurborg sett sér það markmið að verða kolefnishlutlaus árið 2040.[167]

---

[166] Magnús Jónsson og Sigurður Harðarson. (2014). *Veðurfar og byggt umhverfi.*

[167] Reykjavík. (e.d.). *Loftslagsmál.*

Þrátt fyrir ofangreint er mikilvægt að vinna áfram markvisst að aðlögun að áhrifum loftslagsbreytinga. Árið 2021 kom út á vegum ríkisins svokölluð hvítbók um aðlögun að áhrifum loftslagsbreytinga, þar sem kynntar eru þær aðgerðir sem grípa þarf til í ljósi stöðunnar.[168] Hvítbókin inniheldur tillögur að markmiðum stjórnvalda, en aðlögun snýst um að auka viðnámsþrótt samfélagsins gagnvart loftslagsbreytingum og er grundvöllur áætlanagerðar þar um. Mismunandi þættir samfélagsins eru skoðaðir og hvernig aðlögunarvinnan getur haft áhrif á skipulagsmál, vatn og fráveitur, orkumál, samgöngur, atvinnuvegi, þjóðarhag, lýðheilsu og félagslega innviði, en mikilvægt er að samhæfa viðbrögð til þess bærra aðila og tryggja aðkomu almennings og nærsamfélags að aðlögunarvinnunni.[169]

---

[168] Umhverfis-, orku- og loftslagsráðuneytið. (2021, 10. september). *Hvítbók um aðlögun að loftslagsbreytingum*.

[169] Umhverfis-, orku- og loftslagsráðuneytið. (2021, 10. september). *Hvítbók um aðlögun að loftslagsbreytingum*.

Lokaorð

Í þessari bók hefur verið farið í gegnum helstu áskoranir sem steðja að mannkyninu á þriðja áratug 21. aldar og hver staða og hlutverk Lýðveldisins Íslands er í þeim. Einnig hefur stjórnkerfi landsins, efnahagsþróun og samfélag verið kynnt til sögunnar og sett í samhengi við þessar áskoranir.

Það er margt sem er óljóst um framtíðina og erfitt að segja hvernig þessir hlutir þróast á næstu árum. Munum við ná saman um aðgerðir sem skipta máli þegar kemur að loftslagsvánni? Munu stríðin sem geysa í dag halda áfram og jafnvel breiðast út? Munum við sjá aukin áhrif lýðhyggjuflokka og og -manna sem viðbragð við auknum flóttamannastraumi, sem óhjákvæmilega mun fylgja bæði loftslagsbreytingum og vopnuðum átökum? Og hvernig mun þetta allt saman snerta okkur, hér á þessu landi, sem hingað til hefur verið „svo langt frá heimsins vígaslóð"?

Það hafa orðið vatnaskil í alþjóðamálum á undanförnum árum. Stríðið í Úkraínu er atburður sem hefur gjörbreytt því landslagi sem við höfum vanist frá lokum kalda stríðsins. Skyndilega eru Vesturlönd í óbeinum átökum við vel vígvætt herveldi - kjarnorkuveldi.

Í þessu stríði eigast við einræðisríki Pútíns með sitt virðingarleysi fyrir mannslífum og alþjóðlegum landamærum og Úkraína Selenskís, með sína drauma um lýðræði og aðild að Evrópusambandinu og NATO. Segja má að stríðið sé orðið að staðgöngustríði milli Vesturlanda og Rússlands með mun breiðari skírskotun en staðgöngustríð kalda stríðsins.

Það er hinsvegar athyglisvert að velta fyrir sér hversu illa undirbúin Vesturlönd voru fyrir þá gríðarlegu áskorun sem innrás Rússa í Úkraínu var. Vissulega voru viðbrögðin við innrásinni tiltölulega hörð og alveg þokkalega fljót að verða að veruleika miðað við flækjustig allra þessara mismunandi þjóðríkja. En fyrir okkur, sem höfum alist upp við friðinn sem valdajafnvægi eftirstríðsáranna skapaði, er stríð svo nærri okkar eigin grundu svo fjarstæðukennt fyrirbæri að við erum hætt að gera ráð fyrir því. Velmegunin og friðurinn sem NATO aðildin og Evrópusambandið skapaði hefur einangrað okkur (á jákvæðan hátt) frá hugmyndinni um þetta ófremdarástand sem mannkynið hefur beitt til að ná fram sínum hagsmunum og vilja frá því við fórum að nota frumstæð vopn einhverntímann í árdaga.

Fyrir ríki eins og Rússland, sem hefur frá síðustu aldamótum siglt hratt í áttina að einræði, er það kerfi sem við búum við hér á Vesturlöndum, með lýðræði og mannréttindum, stöðug tilvistarógn. Það er kerfi sem rússneskir stjórnarherrar vilja ekki að borgararnir fari að óska eftir hjá sér, því slíkt myndi hafa í för með sér alvarlega ógn við völd þeirra sem nú sitja að kjötkötlunum. Ef valdaskipti yrðu í Rússlandi myndu núverandi valdhafar ekki setjast í helgan stein í villum sínum við Svartahaf. Nei, þeir myndu að öllum líkindum annaðhvort lenda í fangelsi, missa lífið eða hrekjast í útlegð til Venezuela eða Norður Kóreu. Það er því mikið til vinnandi fyrir þá að halda í völdin með öllum tiltækum ráðum.

Þegar ég var í námi í Evrópufræðum við Cambridge háskóla um síðustu aldamót, þegar ennþá var gælt við þá hugmynd að Rússland myndi þróast yfir í „venjulegt" lýðræðisríki eins og við þekkjum hér á Vesturlöndum, sagði einn kennarinn minn, Jonathan Steinberg sagnfræðiprófessor, að Evrópa endaði ekki við Úralfjöllin, eins og landafræðin kennir okkur, heldur þar sem steppurnar miklu tækju við og frjálsir bændur breyttust í arðrænda leiguliða. Þar taldi hann vera hin menningarlegu landamæri Evrópu í austri. Þessi sýn ber með sér að þrátt fyrir að mörg ríki Evrópu hafi gengið í gegnum tímabil einræðis, hafi þó hugmyndin um „hinn frjálsa bónda" ávallt átt sitt heimili vestan megin í álfunni. Við þekkjum hana vel í okkar eigin sögu hér á Íslandi og nægir að benda á hugarheim Íslendingasagnanna til að renna stoðum undir það. Englendingar tala um „heimilið sem kastala" (*my home is my castle*), sem er svipuð hugsun. Þetta var hinsvegar ekki raunin austur í Rússlandi og kæmi ekki á óvart að þessi markalína lægi í gegnum Úkraínu miðja, þar sem víglína Rússa og Úkraínumanna liggur nú.

Það breytir því ekki að innrásarstríð Rússa er ólögleg aðgerð sem brýtur gegn alþjóðlega viðurkenndum landamærum fullvalda ríkis og fyrir alþjóðakerfið er engin önnur niðurstaða ásættanleg en ósigur Rússa í þessu stríði og að herafli þeirra verði hrakinn yfir landamærin til þess Rússlands sem alþjóðasamfélagið viðurkennir.

En það er langt í það og stríðið um að öllum líkindum halda áfram enn um sinn. Vonandi verður það þegar upp er staðið til þess fallið að sýna einræðisöflum þessa heims að lýðræðiskerfið er ekki bara fyrirmynd að yfirburða stjórnkerfi þegar kemur að velferð og frelsi borgaranna, heldur líka með yfirburði á hernaðarsviðinu og ennþá með fullt þrek til að sigra í stríði.

Hið hræðilega stríð í Úkraínu eru gríðarleg vonbrigði fyrir okkur öll, sem vonuðum að Evrópa væri orðin friðvænlegasti staðurinn á jarðarkringlunni eftir aldir stríðsátaka og hryllings. Þessi álfa sem tætti sjálfa sig í sundur í vopnuðum átökum og sem vaknaði upp í rústum síðari heimsstyrjaldarinnar, hefur (að Balkanstríðunum undanskildum) upplifað undanfarið sitt lengsta friðarskeið undanfarna áratugi.

Aldrei aftur

Við Evrópubúar sögðum „aldrei aftur" og í samvinnu við Bandaríkjamenn og önnur ríki heims stóðum við að stofnun umfangsmestu alþjóðastofnana sem mannkynið hefur þekkt, til að tryggja samtal og samþættingu og gera stríð nánast útilokað. Þar ber hæst Sameinuðu þjóðirnar, sem voru beinlínis stofnaðar til að koma í veg fyrir stríð og svo auðvitað Evrópusamrunann. Þar er Evrópusambandið umsvifamest í dag, bandalag sem telur 27 fullvalda Evrópuríki og sem er djúpt samþætt efnahagslega og pólitískt við flest nágrannaríki sín, þar á meðal Ísland.

En það sem skipti kannski mestu máli varðandi velgengni Evrópusamrunaferlisins var einn lykilþátttakandi í því verkefni. Þýskaland.

Segja má að Þýskaland hafi verið til vandræða allt frá sameiningu þess mikla ríkis um miðja nítjándu öld. Hermenn þess óðu á skítugum stígvélum um ganga Versalahallar þegar árið 1871 og stofnuðu þar hið þýska heimsveldi. Og forysta þess hélt áfram árársargjarnri hegðun sinni fram undir miðja þá tuttugustu þegar það var loks endanlega sigrað með sameiginlegu átaki Sovétríkjanna, Bandaríkjanna, Bretlands og allra annarra sem lagt gátu lið. Þá höfðu ráðið þar ríkjum holdgervingar mannlegrar illsku, því hvað annað er hægt að segja um þá sem stóðu að útrýmingarbúðunum sem birtust heiminum við styrjaldarlok árið 1945.

Sex árum síðar var Sambandsríkið Þýskaland stofnaðili að Kola- og stálbandalaginu, sem síðar varð að Evrópusambandinu. Tíu árum eftir stríðslok, árið 1955, gekk það svo í NATO og hóf að vígvæðast á ný, nokkuð sem hefði vakið mikinn ugg fáum árum fyrr, svo ekki sé fastar að orði kveðið. Í dag er Þýskaland kjarna- og forysturíki í Evrópu. Friðsælt og lýðræðislegt svo til fyrirmyndar er.

Þýskaland hafði reyndar verið sigrað áður, árið 1918. Þá fannst sigurvegurunum, Bretum og Frökkum, hinsvegar gráupplagt að knýja Þjóðverja til að greiða fyrir sig stríðsskuldirnar, sem þeir höfðu stofnað til hjá Bandaríkjamönnum og Þjóðverjar voru látnir skrifa undir niðurlægjandi uppgjafarsamning í Versölum, sem var reyndar í sjálfu sér eins konar hefnd fyrir 1871 sem áður er nefnt.

Og þá að stríðinu í Úkraínu, því sagan rímar og geymir lexíur fyrir okkur mannkynið, sem við of oft kjósum að sjá ekki eða gleyma. Árið 1991 féll stórveldi, sem hafði háð hugmyndafræðilegt kalt stríð (og heitt stríð í ýmsum leppríkjum) við Vesturlönd nánast frá lokum síðari heimsstyrjaldar: Sovétríkin. Leiða má líkur að því að það stríð hafi ekki orðið verra sökum tilkomu kjarnorkuvopna, sem hvorugur aðilinn að hinu kalda stríði sá hag sinn í að beita, enda hefði það þýtt tortýmingu beggja.[170] Þegar stórveldið hrundi, þá var fremur lítil stemming fyrir því á Vesturlöndum að gera annað en að leyfa því að þróast yfir í einhverskonar gangsterakapítalisma, sem bandarískir hagfræðingar tóku þátt í að hjálpa því að móta.

Á sama tíma var þeim ríkjum sem höfðu verið á vesturjaðri þessa heimsveldis tekið opnum örmum og þeim boðið í Evrópusambandið og NATO og peningum og auðlindum ausið í að uppfæra stjórnsýslu þeirra, móta lýðræðishefðir og að lokum opna landamæri og markaði fyrir fólki þeirra, fjármagni, vörum og þjónustu. Góðu heilli! Við njótum sannarlega góðs af því hér, þar sem vart væri hægt að halda uppi íslensku samfélagi og efnahagslífi með þeim gæðum sem við höfum vanist án þeirra sem hingað hafa lagt leið sína frá mið- og austur Evrópu frá stækkun Evrópusambandsins til austurs í upphafi aldarinnar.

Á meðan húkti Rússland, smánað og rænt af innlendum glæpamönnum, með allan sinn kjarnorkuvopnaforða. Rússland tíunda áratugarins var í besta falli hlægilegt. Gamalt

---

[170] Yfir þá niðurstöðu hefur enska orðfærið *Mutual Assured Destruction,* skammstafað MAD verið notað.

heimsveldi í tilgangsleysi og tilvistarkreppu. Til valda komst maður, Vladimír Pútín sem vildi verða einræðisherra og hófst þegar handa við að ná algerum tökum á rússnesku þjóðlífi og samfélagi. Það hefur honum tekist með ófyrirleitni og óbilgirni þeirri, sem gjarnan einkennir slíka menn.

Það má færa að því rök að ákveðin öfl í Rússlandi hafi, við lok kalda stríðsins, á einhvern hátt upplifað sig eins og Þjóðverjar gerðu 1918. Orðræðan um að það hefði verið svikið og misst fornar lendur sínar og stórveldisstöðu og væri umkringt „óvinum" varð til og var óspart notuð til að styrkja stöðu forsetans. Kunnuglegt stef, því miður.

Og nú er aftur stríð í Evrópu. Ekki er auðvelt á þessari stundu að sjá hvernig það endar, nema þá að það er fyrirséð að Rússar munu halda áfram að vera einangraðir á alþjóðavettvangi. En það getur ekki gengið til lengdar að einangra land sem nær yfir megnið af Evrasíska meginlandinu og býr yfir stærsta kjarnorkuvopnaforða jarðarinnar. Þar mun eitthvað þurfa undan að láta.

Þess vegna þarf að fara að huga að framhaldinu og nú ætla ég að leyfa mér að hugsa áratugi fram í tímann.

Verkefnið er risavaxið, en lausnin er til. Hún er sú sama og með Þýskaland um miðja síðustu öld. Með þá einlægu von í brjósti að á einhverjum tímapunkti komist til valda aðilar í Rússlandi með annað hugarfar en þeir sem nú stjórna, þá þarf að finna leiðir til að taka Rússland inn í hina evrópsku fjölskyldu. Það þarf, að þessum myrka kafla loknum, að veita því aðgang að hinu evrópska samrunaferli og þá framtíðarsýn að faðmur Evrópu sé opinn fyrir fólki þess, vörum, þjónustu og fjármagni. Að Rússland, sem hefur haft lykiláhrif á menningu Evrópu og heimsins alls með sínum bókmenntum, tónlist, heimspeki, tækni og stjórnmálum, sé velkomið í hina evrópsku fjölskyldu, með öllu sem því tilheyrir.

Það þarf líka að finna leiðir til að taka það inn varnarsamstarf vestrænna ríkja. Það þarf að verða jafn óhugsandi í huga hvers Rússa að vestræn ríki ráðist á það og það er í huga Frakka að þýskir skriðdrekar rúlli inn hlaðið hjá Versölum.

Það segir sig sjálft að þetta verður ekki gert með Vladimír Pútín, eða einhvern ámóta stjórnarherra, sem forseta Rússlands. Skilyrðin fyrir inngöngu í Evrópusambandið eru ströng og fela meðal annars í sér kröfu um lýðræðislegt stjórnarfar. Biðin eftir því í Rússlandi hefur verið löng og verður án efa áfram, en Rússum þarf, takist þeim að losa sig við Pútínstjórnina og láta hana svara til saka fyrir árásarstríðið í Úkraínu, að standa til boða friðsæl og efnahagslega farsæl framtíð í samfélagi annarra Evrópuríkja. Að öðrum kosti verður landið áfram einangrað og vænisjúk ógn við heimsfriðinn með öll sín kjarnorkuvopn og brostna stórveldisdrauma.

Stríð í Mið-Austurlöndum

Ísland er annað tveggja Vesturlanda, (hitt er Svíþjóð) sem hefur viðurkennt fullveldi Palestínu. Það fullveldi er þó því miður marklítið, þar sem þau stjórnvöld sem tala máli Palestínumanna á alþjóðlegum vettvangi eru annarsvegar máttlaust stjórnvald Fatah (PLO) á Vesturbakkanum, sem hefur ekki haldið kosningar síðan 2006, einfaldlega vegna þess að það nýtur takmarkaðs stuðnings palestínsku þjóðarinnar, og hinsvegar hryðjuverkasamtök, sem njóta reyndar mikils stuðnings en hafa nýlega framið hroðalega stríðsglæpi á saklausum almennum borgurum.

Um 1200 manns voru myrt með köldu blóði þann 7. október 2023 í árás Hamas samtakanna á Ísrael. Að auki voru 240 gíslar teknir til að skapa samningsstöðu. Þegar þetta er skrifað hefur um helmingnum verið sleppt, margir hafa týnt lífi og um 120 eru enn í haldi Hamas, hálfu ári eftir árásina.

Viðbrögð Ísraelsmanna voru ofsafengin. Að því sögðu er ljóst að ekkert ríki hefði getað þolað árásir á borð við þá sem var gerð 7. október án þess að svara á einhvern hátt fyrir sig, en það ástand sem Ísrael hefur skapað á Gaza er engu að síður ekki ásættanlegt og erfitt að sjá að það brjóti ekki í bága við Genfarsáttmálana, sem fjallað er um í þessari bók.

Tölur, sem erfitt er að vefengja og ægilegt er að horfast í augu við, segja að vel á fjórða tug þúsunda hafi nú þegar fallið í árásum Ísraelsmanna á Gaza síðan 7. október 2023. Það er svo langt frá því að vera ásættanlegt, þrátt fyrir að Hamas noti almenna borgara sem skildi og feli sig í spítölum og skólum. Að auki er Gaza meira og minna í rúst.

Stundum er sagt að stjórnmál séu list hins mögulega. Þá er ekki hægt að hengja sig í „ef og hefði", staðreyndirnar tala sínu máli og til þeirra þarf að taka tillit. Það er svo margt sem hefði mátt fara öðruvísi í þessum samskiptum öllum, milli Palestínumanna og Ísraelsmanna, en gerði það ekki og við getum byrjað á nítjándu öldinni, og jafnvel fyrr, í að telja upp atburði og varpa sök. Hún liggur óvenju víða, jafnvel að litlum hluta hjá íslenskum stjórnvöldum, sem vísuðu gyðingum sem hingað flúðu hrylling ofsókna nasista rakleiðis aftur í opinn dauðann, og tóku síðar virkan þátt í að skapa Ísraelsríki réttmæti á vettvangi Sameinuðu þjóðanna.

En staðreyndirnar í dag eru þær að Ísraelsríki er til og er ekki að fara neitt. Það ríki er með öflugasta her Mið-Austurlanda, auk þess að hafa yfir kjarnorkuvopnum að ráða. Það er byggt þjóð sem gerir að mati mikils meirihluta ríkja jarðarinnar trúverðugt tilkall til landsvæðis í þessum heimshluta og nýtur viðurkenningar 165 aðildarríkja Sameinuðu þjóðanna, þar af allra fastafulltrúa öryggisráðsins. Það er óvenju dýnamískt á sviði rannsókna, viðskipta og nýsköpunar og þrátt fyrir stöðuga öryggisógn og takmarkaðar auðlindir er það í hópi efnuðustu ríkja jarðarinnar. Þó sigið hafi jafnt og þétt á ógæfuhliðina undanfarin ár, er það þó ennþá lýðræðis- og réttarríki, ófullkomið, vissulega og með ríkisstjórn sem styður aðskilnaðarstefnu og landrán. En landið nýtur engu að síður nánast óskoraðs stuðnings öflugasta herveldis heims, Bandaríkjanna, sem sendi tvær flotadeildir inn að botni Miðjarðarhafs strax eftir árásir Hamas 7. október 2023.

Í öðru lagi er ástand palestínskrar stjórnsýslu, eins og áður var nefnt, með þeim hætti að erfitt er að sjá fyrir sér hvernig frjálsu Palestínuríki verður viðkomið ef ekki verða róttækar breytingar þar á. Hverju er um að kenna skiptir ekki máli, það sem skiptir máli er hvernig er hægt að leysa það vandamál til að friður komist á og almennir borgarar fyrir botni Miðjarðarhafs, hvort sem þeir teljast gyðingar, múslimar, kristnir eða annað geti búið við öryggi og mannlega reisn. Hvernig það gerist má ekki verða tilviljunum háð. Það er erfitt að sjá fyrir sér að upp úr rústum Gaza spretti skyndilega stjórnvald sem sætti sig við að lifa í friði við hinn öfluga nágranna sinn sem hefur farið um með eldi og dauða. Lýðfræðileg samsetning Palestínu er líka með þeim hætti, með 52% af íbúunum undir 18 ára aldri, að líklegt er að þar verði róstursamt og lítt friðvænlegt næstu áratugina, ef reynslan af slíkri aldursskiptingu hefur kennt okkur eitthvað hingað til.

En það er því miður það sem þarf að gerast til að hörmungunum linni. Ísrael mun ekki sætta sig við að þurfa að búa í ótta við að árásirnar 7. október endurtaki sig.

Þessvegna er sá bolti hjá Palestínumönnum að sannfæra umheiminn um að þeir geti stjórnað með þeim hætti að svona árásir endurtaki sig ekki, að öllum gíslum verði sleppt og að þeir sem bera ábyrgð á árásunum 7. október verði látnir svara til saka fyrir Alþjóðaglæpadómstólnum í Haag.

Að sama skapi mun Ísrael þurfa að sætta sig við að búa við hlið friðsams Palestínuríkis, láta af hendi landsvæði til að gera það lífvænlegt, styðja við það og eiga við það viðskipti og láta algerlega af landráni, aðskilnaði og óþolandi ofbeldi gagnvart íbúum Vesturbakkans og Gaza. Einnig þarf að rannsaka í þaula athæfi þeirra í árásunum á Gaza og komast að raun um það með óyggjandi hætti hvort þar hafi verið brotið gegn alþjóðalögum og lögum um vopnuð átök.

Við verðum að reyna að sjá fyrir okkur hvernig hægt er að endurvekja tveggja ríkja lausnina þannig að öryggi allra sé tryggt. Samkvæmt friðar- og átakafræðunum þarf fyrst að komast á vopnahlé, svo þarf að myndast traust milli aðila. Eins og staðan er núna virðist því miður vera tiltölulega langt í land þar. En það er ekki fyrr en í framhaldi af því sem hægt að fara í samningaviðræður um framkvæmd friðarins og að lokum einhverskonar pólitískt uppgjör. En fyrst þurfa vopnin að þagna.

Sjálfsagt voru færri fegnari að stríðið á Gaza braust út en Vladimír Pútín. Þetta nýja stríð tók fókusinn af stríðinu í Úkraínu svo rækilega að Vesturlönd virðast á brúninni að gefast upp við stuðninginn við Úkraínu. Á meðan eykur Pútín ákafann í árásum á landið. Gagnsókn Úkraínumanna rann út í sandinn árið 2023 og ólíklegt er að breyttu breytanda að þeir nái að sækja það land sem þeir hafa misst í greipar bjarnarins. Alþjóðlega munu þessi nýju landamæri ríkisins ekki verða viðurkennd í bráð, en staðreyndirnar á jörðu niðri eru þær að Úkraína hefur minnkað og Rússland stækkað.

Staðan í Úkraínu er enn eitt áfallið fyrir Vesturlönd, sem, þrátt fyrir ofurefli Bandaríkjanna á hernaðarsviðinu, hafa séð áhrif sín dvína jafnt og þétt undanfarin ár. Ósigurinn í Afganistan. Flótti Frakka og annarra Vesturlanda af Sahel svæðinu.

Fjölgun í hópi BRICS ríkjanna og nú það að þrátt fyrir að þau beiti sér af öllu afli gegn Rússum, með viðskiptaþvingunum og hernaðaraðstoð við Úkraínu, tekst ekki að snúa því tafli við. Þetta boðar ekki gott fyrir þá heimsmynd sem Vesturlönd standa fyrir, sem er að minnsta kosti í orði kveðnu byggð á alþjóðalögum og hugmyndinni um lýðræði og mannréttindi.

Svo langt frá heimsins vígaslóð?

Hvaða afleiðingar hefur allt ofangreint fyrir okkur hér á Íslandi? Jú, það er ekki gott fyrir okkur þegar stríð geysa. Við höfum séð hvernig stríðið í Úkraínu hefur bætt í verðbólguna hér heima. Átök í Mið Austurlöndum hafa alltaf vond áhrif á olíuverðið með tilheyrandi verðbólgu og skerðingu á lífskjörum. Flóttamannastraumurinn mun líka ná hingað með tilheyrandi útgjöldum og hugsanlega pólitískum átökum.

Þau vatnaskil virðast því miður einnig vera að verða að það er að renna upp fyrir þeim sem áhyggjur hafa að ríki heims munu verða ófær um að takast á við loftslagsvána með þeim hætti að halda hlýnun andrúmsloftsins innan þeirrar 1,5° á Celcius sem stefnt hefur verið að síðan með Parísarsamkomulaginu árið 2015. Alþjóðakerfið, sem er samsett af fullvalda þjóðríkjum sem öll standa vörð um sína hagsmuni, er ófært um sameiginlegt átak af þeirri stærðargráðu sem þarf til að stöðva eða snúa við hamfarahlýnuninni. Fókusinn virðist því vera að færast yfir á það að takast á við afleiðingarnar. Ennþá eru þó haldnar ráðstefnur með háleit markmið og heitstrengingar. En þær verða sífellt meira hjáróma í ljósi veruleikans, sem er sá að við erum að sigla inn í nýtt kalt stríð, sem ef allt fer á versta veg, gæti jafnvel orðið heitt.

Áratugirnir eftir síðari heimsstyrjöld voru hagfelldir fyrir smáríki eins og Ísland, enda fjölgaði ríkjum heims á þessum tíma úr um 50 í um 200. Fjöldamörg þessara 200 ríkja eru smáríki. Hið alþjóðlega kerfi sem komið var upp undir hugmyndafræði hins svokallaða líberalisma, þar sem hugmyndin var sú að flétta ríki heims saman í samstarfi á vettvangi viðskipta og stjórnmála til að koma í veg fyrir stríð - hugmynd sem hefur náð hvað mestum þroska í tilfelli Evrópusambandsins - er í hættu. Þetta eru mjög slæmar fréttir fyrir Ísland. Það er erfitt fyrir ríki eins og okkar að eiga sjálfstæða og merkingarbæra tilveru þegar réttur hins sterka ræður. Smáríkjafræðin benda á tvær leiðir fyrir smáríki til að lifa af. Í fyrsta lagi með aðferðum líberalismans, að flétta stóru ríkin í net samstarfs sem kemur í veg fyrir að þau ógni litlu ríkjunum, eða að halla sér upp að stórum nágranna. Íslendingar hafa farið bil beggja í þessum efnum. Annarsvegar höfum við hallað okkur upp að Bandaríkjunum, öflugasta herveldi sem mannkynssagan kann frá að greina, og hinsvegar höfum við í auknum mæli fléttað okkur inn í það samstarf sem Evrópuríki og Vesturlönd hafa komið á fót, sem aðilar að Evrópska efnahagssvæðinu - og þar af leiðandi eins konar aukaaðilar að Evrópusambandinu - og Atlantshafsbandalaginu, NATO, sem er varnarbandalag Vesturlanda. Þar eru nú öll Norðurlöndin innan búðar, eftir að Finnar og Svíar létu af hlutleysisstefnu sinni og gengu í bandalagið.

Við lifum á viðsjárverðum tímum og íslenska lýðveldið, sem fagnar 80 ára afmæli sínu um þessar mundir, stendur frammi fyrir stórum áskorunum. Það er vonandi að við berum gæfu til að mæta þeim.

Heimildaskrá

Alcoa. (e.d.). *Alcoa á Íslandi.* https://www.alcoa.com/iceland/ic

Alþingi. (1951, 19. desember). *Varnarsamningur Milli Lýðveldisins Íslands Og Bandaríkjanna á Grundvelli NorðurAtlantshafssamningsins.* https://www.althingi.is/altext/lagastmp/119/1951110.sgml

Alþingi. (2008). *Skýrsla Ingibjargar Sólrúnar Gísladóttur utanríkisráðherra um utanríkis- og alþjóðamál.* https://www.althingi.is/altext/135/s/0857.html

Alþingi. (2011a). *Sveitarstjórnarlög.* https://www.althingi.is/lagas/nuna/2011138.html

Alþingi. (2011b). *Viðurkenning á sjálfstæði og fullveldi Palestínu,* 2011. https://www.althingi.is/altext/140/s/0031.html

Alþingi. (e.d.1). *Framsóknarflokkurinn.* https://www.althingi.is/thingmenn/thingflokkar/framsoknarflokkur/

Alþingi. (e.d.2). *Sjálfstæðisflokkurinn.* https://www.althingi.is/thingmenn/thingflokkar/sjalfstaedisflokkur/

Alþingi. (e.d.3). *Stjórnarskrá Lýðveldisins Íslands.*
https://www.althingi.is/lagas/nuna/194403
3.html

Alþjóðagjaldeyrissjóðurinn. (2011). *World Economic and Financial Surveys.*
https://www.imf.org/external/pubs/ft/gfsr/2011/02/

Alþýðusamband Íslands. (e.d.). *Stofnun ASÍ og stefnuskrá.* https://asisagan.is/bok-1-stofnun-asi-og-stefnuskra

Andersson, Johann. (2013). *Frásagnir af Íslandi, ásamt óhróðri Göries Peerse og Dithmars Blefkens um land og þjóð.* Fyrst gefin út í Hamborg 1746, Ritstjórar: Gunnar Þór Bjarnason og Már Jónsson. Safn Sögufélags.

Arna Björk Jónsdóttir og Solveig K. Jónsdóttir. (201o). *Alþingi.* Skrifstofa Alþingis.

Arnór Sigurjónsson. (2023). *Íslenskur her.* Höfundur útgefandi.

Baldur Thorhallsson & Christian Rebhan. (2011). "Iceland's Economic Crash and Integration Takeoff: An End to European Union Scepticism?". *Scandinavian Political Studies.*

Baldur Thorhallsson (ritstj.). (2004). *Iceland and European integration, on the edge.* Routledge.

Baylis, John, Steve Smith & Patricia Owens. (2023). *The Globalization of World Politics.* Oxford University Press.

Bergsveinn Birgisson. (2017) *Leitin að Svarta víkingnum.* Bjartur - Veröld.

Bradbury, Bruce, Stephen P. Jenkins & John Micklewright. (2009). *The dynamics of child poverty in seven industrialised nations.* Cambridge University Press.

Brannen, Peter. (2017, 9. september). "This Is How Your World Could End". *The Guardian.* https://www.theguardian.com/environment/2017/sep/09/this-is-how-your-world-could-end-climate-change-global-warming

Breedon, Francis & Thórarinn G. Pétursson. (2004). *Out in the cold? Iceland's trade performance outside the EU.* Seðlabanki Íslands. https://www.cb.is/publications/publications/publication/2004/12/29/Working-Paper-no.-26-Out-in-the-cold-Icelands-trade-performance-outside-the-EU/

Bregman, Rutger. (2017). *Utopia for Realists: And How We Can Get There.* Bloomsbury.

Brennan, Jason. (2016). *Against Democracy.* Princeton University Press.

Bundeszentrale für politische Bildung. (e.d.)."Definitions of war and conflict typologies". https://warpp.info/en/m1/articles/definitions-of-war-and-conflict-typologies

Cavendish, Richard (1998) "The Treaty of Westphalia". *History Today* 48, no. 10 (October 1998)

Cockburn, Harry. (2022, 18. janúar). "Scientists Discover "Surprising" Cause of Europe's Little Ice Age". *The Independent*. https://www.independent.co.uk/climate-change/news/little-ice-age-ocean-currents-b1995618.html

Cohen, Judah et al. (2021). "Linking Arctic variability and change with extreme winter weather in the United States". *Science.* https://www.science.org/doi/10.1126/science.abi9167

Danziger, Sheldon & Jane Waldfogel. (2000). "Investing in Children: What Do We Know? What Should We Do?" LSE STICERD Research Paper No. CASE034. https://ssrn.com/abstract=1158925

Eggert Þór Bernharðsson. (1996). „Blórabögglar og olnbogabörn". *Sagnir, 17. árg.*

Eiríkur G. Guðmundsson. (2017). *Manntalið 1703. Arfur okkar allra.* Þjóðskjalasafn Íslands.

ESB handhafi friðarverðlauna Nóbels, (2012, 12. október), *visir.is* https://www.visir.is/g/20121454094d

European court of Human Rights. *(*e.d.). *How the Court works.* https://www.echr.coe.int/how-the-court-works

Ferðamálastofa. (2023). *Ferðaþjónusta í tölum – janúar 2023: Samantekt fyrir árið 2022.* https://www.ferdamalastofa.is/is/um-ferdamalastofu/frettir/ferdathjonusta-i-tolum-januar-2023-samantekt-fyrir-arid-2022

Fukuyama, Francis. (1989). "The End of History?", *The National Interest*, *16*, 3–18. https://www.jstor.org/stable/24027184

Genet, Am J Hum. (2015). "The Genetic Ancestry of African Americans, Latinos, and European Americans across the United States". *PubMed Central* https://www.ncbi.nlm.nih.gov/pmc/articles/PMC4289685/

Gísli Gunnarsson. (2002). „Hvað var vistarbandið?" *Vísindavefurinn.* https://www.visindavefur.is/svar.php?id=2377

Guðmundur Jónsson. (2002). „Hagþróun og hagvöxtur á Íslandi 1914-1960". Í J. H. Haralz (ritstj.), *Frá kreppu til viðreisnar; Þættir um hagstjórn á Íslandi á árunum 1930-1960* 2002.

Gunnar Helgi Kristinsson. (1991). "Iceland" í Wallace, Helen (ritstj.), *The Wider Western Europe*. Pinter Publishers for the Royal Institute of International Affairs.

Gunnar Helgi Kristinsson. (2007). *Íslenska stjórnkerfið, önnur útgáfa*, Háskólaútgáfan.

Hagstofa Íslands. (e.d.1). *Landsframleiðsla á Mann 1980-2020*.
https://px.hagstofa.is/pxis/pxweb/is/Efnahagur/Efnahagur_thjodhagsreikningar_landsframl_1_landsframleidsla/THJ01401.px

Hagstofa Íslands. (e.d.2). *Þjóðhagsreikningar: Landsframleiðsla*.
https://hagstofa.is/talnaefni/efnahagur/thjodhagsreikningar/landsframleidsla/

Harari, Yuvel Noah. (2014). *Sapiens, A Brief History of Humankind*. Harper Perennial.

Heiða María Sigurðardóttir. (2005). „Hver var Francis Galton?". *Vísindavefurinn*.
https://www.visindavefur.is/svar.php?id=5413

Heimsmarkmiðin um sjálfbæra þróun. (e.d.). *Heimsmarkmið / Heimsmarkmiðin*.
https://www.heimsmarkmidin.is/forsida/heimsmarkmidin/

Herre, Bastian, et al., (e.d.). *War and Peace, Our World in Data.* https://ourworldindata.org/war-and-peace

Hrefna Róbertsdóttir. (2001, 28. júní). "Hvaðan kemur nafnið „Innréttingarnar" á fyrirtækinu sem starfaði hér á 18. öld?". *Vísindavefurinn.*
https://www.visindavefur.is/svar.php?id=1752#

Hulda. (1961). *Segðu mér að sunnan.* Bókaútgáfa Menningarsjóðs.

"Iceland becomes 10th nation to join UK-led Joint Expeditionary Force". (2021). *Army Recognition.*
https://www.armyrecognition.com/defense_news_april_2021_global_security_army_industry/iceland_becomes_10th_nation_to_join_uk-led_joint_expeditionary_force.html

ICRC. (e.d.). *The Geneva Conventions and their Commentaries.*
https://www.icrc.org/en/war-and-law/treaties-customary-law/geneva-conventions

Indriði H. Þorláksson. (2016, 2. maí) „Uppgjörið vegna Icesave", *Kjarninn.* https://kjarninn.is/skodun/2016-05-02-uppgjorid-vegna-icesave/).

Inter-American Court of Human Rights. (e.d.). *What is the I/A Court H.R.?*

https://www.corteidh.or.cr/que_es_la_corte.cfm?lang=en

International Criminal Court. (e.d.). *About the Court*. https://www.icc-cpi.int/about/the-court

International Trade Administration. (2024, 3. mars). *Iceland—Tourism*. https://www.trade.gov/country-commercial-guides/iceland-tourism

IPCC. (2023). *AR6 Synthesis Report: Climate Change 2023*. https://www.ipcc.ch/report/sixth-assessment-report-cycle/

Irwin, Douglas A. & Oliver Ward. (2021). "What is the "Washington Consensus?". Peterson Institute for International Economics https://www.piie.com/blogs/realtime-economic-issues-watch/what-washington-consensus

Jha, Alok. (2011). *The Doomsday Handbook; 50 Ways the World Could End.* Quercus.

Joint Expeditionary Force. (e.d). *About the JEF*. https://jefnations.org/about-the-jef/

Jón Daníelsson & Gylfi Zoega. (2009, 9. febrúar). *Hagkerfi býður skipbrot.* Útgefanda ekki getið.

Jones, Gwyn. (2001). *A history of the Vikings.* Oxford.

Kamerman, S.B., Gatenio-Gabel, S. (2014). "Social Work and Child Well-Being". Í Ben-Arieh, A., Casas, F., Frønes, I., Korbin, J. (ritstj.) *Handbook of Child Well-Being. Springer*, Dordrecht. https://doi.org/10.1007/978-90-481-9063-8_22

Lewis, D. (2012). *Nongovernmental Organizations, Definition and History,* (pp. 1056–1062), https://doi.org/10.1007/978-0-387-93996-4_3

M5.is - Miðpunktur atvinnulífsins. (2009). Úrvalsvísitalan OMXI15. https://www.m5.is/?gluggi=graf&tegund=visitala&id=13

Magnús Árni (Skjöld) Magnússon. (2011). *The Engagement of Iceland and Malta with European Integration: Economic Incentives and Political Constraints.* doktorsritgerð við Háskóla Íslands.

Magnús Jónsson og Sigurður Harðarson. (2014). *Veðurfar og byggt umhverfi.* Vistmennt: Arkitektafélag Íslands.

Magnús Skjöld. (2020). *Borgríkið*. Reykjavík sem framtíð þjóðar. Háskólinn á Bifröst.

Meyer, Robinson, (2018). "Does Climate Change Cause More War?" *The Atlantic*. https://www.theatlantic.com/science/archive/2018/02/does-climate-change-cause-more-war/553040/

Milbrath, Lester W. og M. L. Goel. (1977). "Political Participation: How and Why Do People Get Involved in Politics?". American Political Science Review, Rand McNally.

Mutua, M. (2002). "Human Rights as a Metaphor". Í *Human Rights: A Political and Cultural Critique* (bls. 10–38). University of Pennsylvania Press. http://www.jstor.org/stable/j.ctt3fhtq0.5

NASA. (e.d.1). *Scientific Consensus*. https://climate.nasa.gov/scientific-consensus/

NASA. (e.d.2). *The Effects of Climate Change*. https://climate.nasa.gov/effects/

National Oceanic and Atmospheric Administration. (e.d.). "What Is the AMOC?" *Oceanservice.noaa.gov*, US Department of Commerce. oceanservice.noaa.gov/facts/amoc.html

NATO. (1949, 4. apríl). *The North Atlantic Treaty*.

https://www.nato.int/cps/en/natohq/official_texts_17120.htm

Norðurheimskautsráðið. (e.d.). *About the Arctic Council.* https://arctic-council.org/about/

Norðurlandaráð. (2020). *State of the Nordic Region 2020.* https://www.norden.org/en/nordicregion2020

Norðurlandaráð. (e.d.). *Nordic Cooperation.* https://www.norden.org/en

Opello, Walter C. & Stephen J. Rosow. (2004). *The Nation-State and Global Order: A Historical Introduction to Contemporary Politics.* Lynne Rienner.

Ólafur Björnsson. (1945). *Íslenzk haglýsing, fyrra bindi.* útgefanda ekki getið.

Ólafur Þ. Harðarson. (1998). "Public Opinion and Iceland's Western Integration", *Conference on the Nordic Countries and the Cold War: International Perspectives and Interpretations, June 24-27,* 1998

Pace, Roderick, (ritstjóri). (2008). *An Abridged Version of the Project for Perpetual Peace by M.L'Abbé de Saint-Pierre MDCCXXIX.* Midsea Books

Platon. (1991). *Ríkið*, Hið íslenzka bókmenntafélag.

"Race as a Social Construct"(e.d.). *LibreTexts.* https://socialsci.libretexts.org/Courses/Southwestern_College/SWC%3A_SOC_106_Race_and_Ethnicity/Chapter_1%3A_Defining_Race_and_Ethnicity/1.3_Race_as_a_Social_Construct

Radarinn. (e.d.1). *Gjaldeyrisöflun.* https://radarinn.is/Hagkerfid/Gjaldeyrisoflun

Radarinn. (e.d.2). *Landsframleiðsla.* https://radarinn.is/Hagkerfid/Landsframleidsla

Reykjavík. (e.d.). *Loftslagsmál.* https://reykjavik.is/loftslagsmal

Ridge, Tess, Wright, Sharon & Sharon Elizabeth Wright. (2008). *Understanding Inequality, Poverty and Wealth: Policies and Prospects.* Policy Press.

Rio Tinto. (e.d.). *Rio Tinto, fyrirtækið, upphafið.* https://www.riotinto.is/?PageID=27)ma

Ritzer, George & Paul Dean. (2021). *Globalization, A Basic Text,* (3rd ed.). Wiley.

Roser, Max, et al. (e.d.) "Economic Growth". *Our World in Data.*

https://ourworldindata.org/economic-growth

„Rússneski sendiherrann verði farinn fyrir mánaðamót", (2023, 9. júní). *visir.is.* https://www.visir.is/g/20232426111d/russneski-sendiherrann-verdi-farinn-fyrir-manadamot

Sachs, Jeffrey & Felipe B. Larrain. (1993). *Macroeconomics in the Global Economy.* Pearson College.

Samband íslenskra sveitarfélaga. (e.d.). *Sveitarfélögin.* https://www.samband.is/sveitarfelogin/

Sameinuðu þjóðirnar. (1987). *Report of the World Commission on Environment and Development: Our Common Future.* https://sustainabledevelopment.un.org/content/documents/5987our-common-future.pdf

Sameinuðu þjóðirnar. (2019, 8. september). *Sustainable Development Goals.* https://www.un.org/sustainabledevelopment/sustainable-development-goals/

Sawyer, Peter & Birgit Sawyer. (1993). *Medieval Scandinavia, From Conversion to Reformation, circa 800-1500.* University of Minnesota Press.

Seðlabanki Íslands. (e.d.). *Verðbólgumarkmið.* https://www.sedlabanki.is/peningastefna/verdbolgumarkmid/

Sigholm, Johan, Bjarni Már Magnússon, Magnús Skjöld, Theodor Gislason, & Gregory Falco. (2024). "The Case for an Icelandic Cyber Exploitation and Defense (ICED) Force for NATO Coalition Operations". 23rd Workshop on the Economics of Information Security.

Sigurður Snævarr. (1993). *Haglýsing Íslands,* Háskólaforlag Máls og menningar.

Smith, Hugh. (2021). "Clausewitz's Definition of War and its Limits". *Military Strategy Magazine.* https://www.militarystrategymagazine.com/article/clausewitzs-definition-of-war-and-its-limits/

Stahnisch, Frank. (e.d.). "Racial hygiene and Nazism". *Eugenics Archives.* https://www.eugenicsarchive.ca/connections?id=545134d251854fef65000001

Stjórnarráðið. (2011). *Viðurkenning á*https://www.stjornarradid.is/efst-a-baugi/frettir/stok-frett/2011/02/19/Lithaen-og-vidurkenning-Islands/

Stjórnarráðið. (2021). *Ísland og Sameinuðu þjóðirnar.*

https://www.stjornarradid.is/verkefni/utanrikismal/althjodamal/um-althjodastofnanir/island-og-sth/

Stjórnarráðið. (e.d.1). *Samningurinn Um Evrópska Efnahagssvæðið - Yfirlit.* https://www.stjornarradid.is/verkefni/utanrikismal/evropusamvinna/ees-upplysingaveitan/ees-samningurinn-yfirlit/

Stjórnarráðið. (e.d.2). *Sendiskrifstofur.* https://www.stjornarradid.is/sendiskrifstofur/?

Stjórnarráðið. (e.d.3). *Utanríkisráðuneytið.* https://www.stjornarradid.is/raduneyti/utanrikisraduneytid/um-raduneytid/

„Stórlega dregið úr vörnum Bandaríkjamanna hérlendis". (2006, 16. mars). *Morgunblaðið,* bls. 30-31.

Svanur Kristjánsson. (2001). „Forsetinn og utanríkisstefnan". *Ný saga, tímarit Sögufélags, 13. árg.*

Taggart, Martin. (2008). "What is Distinctive About English-school Attitudes to War?". *E-International Relations.* https://www.e-ir.info/2008/02/08/what-is-distinctive-about-english-school-attitudes-to-war/

The Economist. (2024, 7. júlí). "The world's richest countries in 2024". https://www.economist.com/graphicdetail/2024/07/04/the-worlds-richest-countries-in-2024

Third National Climate Assessment. (e.d.) *Overview*. https://nca2014.globalchange.gov/highlights/overview/overview

Trausti Valsson. (1986). *Reykjavík, vaxtarbroddur; Þróun höfuðborgar*, Trausti Valsson.

Turner, E. A. L. (2010). "Why Has the Number of International Non-Governmental Organizations Exploded since 1960?", *Cliodynamics: The Journal of Quantitative History and Cultural Evolution*, *1*(1), 2010. https://doi.org/10.21237/C7CLIO11196

UK Parliament. (e.d.). *Magna Carta*. https://www.parliament.uk/magnacarta/

Umhverfis-, orku- og loftslagsráðuneytið. (2021, 10. september). *Hvítbók um aðlögun að loftslagsbreytingum*. https://www.stjornarradid.is/gogn/rit-og-skyrslur/stakt-rit/2021/09/10/Hvitbok-um-adlogun-ad-loftslagsbreytingum/

Umhverfis-, orku- og loftslagsráðuneytið. (2021, 15. júní). „Markmið um kolefnishlutleysi lögfest á Alþingi, 15. júní 2021". https://www.stjornarradid.is/efst-a-baugi/frettir/stok-frett/2021/06/15/Markmid-um-kolefnishlutleysi-logfest-a-Althingi/

UNHCR. (2023a). *Key Facts and Figures.* https://www.unhcr.org/

UNHCR. (2023b). *Refugee Data Finder.* https://www.unhcr.org/refugee-statistics/

United Nations Climate Change. (e.d.). *The Paris Agreement.* https://unfccc.int/process-and-meetings/the-paris-agreement

United Nations. (1948). *Universal Declaration of Human Rights.* https://www.un.org/en/about-us/universal-declaration-of-human-rights

United Nations. (1966). *International Covenant on Civil and Political Rights.* https://www.ohchr.org/en/instruments-mechanisms/instruments/international-covenant-civil-and-political-rights

United Nations. (e.d.). *Our growing population.* https://www.un.org/en/global-issues/population

Útlendingastofnun. (2024). *Tölfræði.* https://island.is/s/utlendingastofnun/toelfraedi

Valur Ingimundarson. (1996). *Í eldlínu kalda stríðsins: Samskipti Íslands og Bandaríkjanna 1945-1960.* Vaka-Helgafell

Van Reybrouck, David. (2016). *Against Elections; The Case for Democracy.* Bodley Head

Vleminckx, Koen & Timothy M. Smeeding, (ritstjórar). (2022). *Income inequalities and poverty among children and households with children in selected OECD countries.* Cambridge University Press.

Vox.eu, (2019, 25. september). "Multinational enterprises in the global economy: Heavily discussed, hardly measured". https://cepr.org/voxeu/columns/multinational-enterprises-global-economy-heavily-discussed-hardly-measured

Worlddata, Info. (e.d.). *Development and importance of tourism for Iceland.* https://www.worlddata.info/europe/iceland/tourism.php

Þór Whitehead. (1991). „Leiðin frá hlutleysi 1945-1949". *Saga, tímarit Sögufélags*

Þór Whitehead. (2006). „Smáríki og heimsbyltingin; Um öryggi Íslands á válegum tímum". *Þjóðmál.*

Þórólfur Matthíasson. (2009). "Spinning out of Control, Iceland in Crisis". *Institute of Economic Studies Working Paper Series.*

Um höfundinn

Magnús Skjöld er dósent í stjórnmálafræði við Háskólann á Bifröst. Árið 2018 varði hann sex mánuðum í Kabúl, Afganistan, sem pólitískur ráðgjafi borgaralegs sendifulltrúa NATO. Hann hefur setið á Alþingi og er með doktorspróf í stjórnmálafræði frá Háskóla Íslands, meistarapróf í Evrópufræðum frá Háskólanum í Cambridge og þróunarhagfræði frá Háskólanum í San Francisco. Hann á fjögur börn og tvö barnabörn og býr í Reykjavík.

Made in the USA
Columbia, SC
02 October 2024